CHAMBRE CONSULTATIVE INDIGÈNE
DU TONKIN

Session 1925

RAPPORTS

ET

Projets de Réglementation

RELATIFS A

A — l'impôt foncier rural ;

B — la petite colonisation indigène dans la moyenne et la haute région du Tonkin ;

C — paiement de l'impôt personnel indigène.

HANOI

M. CM. XXV

CHAMBRE CONSULTATIVE INDIGÈNE
DU TONKIN

Session 1925

RAPPORTS

ET

Projets de Réglementation

RELATIFS A

A — l'impôt foncier rural ;

B — la petite colonisation indigène dans la moyenne et la haute région du Tonkin ;

C — paiement de l'impôt personnel indigène.

HANOI

M. CM. XXV

A. — L'IMPOT FONCIER RURAL

A. — L'IMPOT FONCIER RURAL

NOTE

à *Monsieur le Président et à Messieurs les Membres de la Chambre Consultative Indigène, au sujet de la réforme de l'impôt foncier rural au Tonkin.*

L'Administration du Protectorat a projeté une réforme de l'impôt foncier rural au Tonkin. Avant de statuer sur la question, elle tient à connaître l'avis de la Chambre Consultative Indigène, de même qu'elle a consulté la Chambre d'Agriculture, ces assemblées représentant les intérêts des contribuables français et indigènes atteints par les nouvelles mesures.

La réforme envisagée ne sera pas faite dans un but fiscal, c'est-à-dire avec l'intention d'obtenir une augmentation de recettes par une élévation de la quotité des taxes. Le but poursuivi est de rendre à l'impôt foncier son caractère d'impôt de quotité qu'il a perdu pour devenir un impôt de répartition. Des instructions seront données aux chefs de provinces pour qu'à l'application de la réforme ne corresponde pas une augmentation de charge pour les contribuables. Cependant, et pour donner à l'Administration le moyen d'effectuer la réforme sans risque de moins-value, il y a lieu de prévoir une marge réduite de 2% sur le rendement actuellement donné par l'impôt. Ce n'est là qu'une précaution de comptabilité qui n'influera pas sur la quotité de l'impôt, telle qu'elle existe.

L'Administration se propose en premier lieu de simplifier la taxation de la propriété annamite et le mode de perception de l'impôt y afférent. Le plus pratique lui a paru de réunir le principal de l'impôt avec les divers centièmes additionnels pour ne former qu'une taxe unique. Le système actuel d'un principal additionné d'une quantité de taxes annexes favorise les fraudes.

En second lieu, l'Administration a en vue une plus juste répartition de l'impôt. Actuellement l'impôt foncier rural indigène a perdu, comme il vient d'être dit, son caractère d'un impôt de quotité, et il est devenu en fait un impôt de répartition. Cette répartition est en règle générale faite en dehors de toute équité ; les notables influents répartissent l'impôt comme ils l'entendent au détriment des petits propriétaires qui n'ont aucun moyen de contrôle.

Ce moyen leur sera donné lorsque seront terminés les travaux d'immatriculation foncière qui se poursuivent avec succès dans les provinces de Hà-dông, de Hai-duong et de Ninh-binh, et qui seront ensuite étendus aux autres provinces. Ces travaux permettent d'individualiser les propriétés, d'en connaître exactement la superficie et par suite d'établir une taxation plus régulière. Les petits propriétaires connaissant la superficie de leurs immeubles et la quotité de la taxe sauront exactement ce qu'ils devront payer. Ils ne seront plus à la merci des notables préposés à la répartition et à la perception de l'impôt.

L'économie de la réforme est exposée dans un projet d'arrêté sur les dispositions duquel l'Administration est désireuse de connaître l'avis de la Chambre Consultative.

J. KRAUTHEIMER.

— 6 —

Le Résident supérieur *p. i.* au Tonkin, Chevalier de la Légion d'honneur.

Vu les décrets du 20 octobre 1911, fixant les pouvoirs du Gouverneur Général de l'Indochine, du Gouverneur de la Cochinchine et des Résidents Supérieurs;

Vu le décret du 20 octobre 1911, fixant l'organisation financière de l'Indochine, modifié par le décret du 30 juin 1916 :

Vu le décret du 30 décembre 1912 sur le régime financier des colonies, modifié par les décrets des 24 août 1918, 30 décembre 1920, 19 janvier 1924, 3 mai 1924 et 20 janvier 1925 ;

Vu les arrêtés des 25 octobre 1910, 8 mars 1911, 19 mars 1911, 25 novembre 1911, 25 février 1913, 1er avril 1913, 28 février 1914, 4 mai 1914, 28 décembre 1916, 11 mai 1917, portant suppression de l'affermage des bacs et marchés et leur remplacement par des centièmes additionnels à l'impôt foncier indigène et au droit d'immatriculation des Asiatiques étrangers :

Vu l'arrêté du 23 novembre 1922, fixant le montant des centièmes additionnels à l'impôt foncier à percevoir au Tonkin ;

Vu l'avis émis par la Chambre Consultative Indigène dans sa séance du....,

Le Conseil du Protectorat entendu.

Arrête :

Article premier. — Est et demeure abrogé à compter du 1er janvier 1925 l'arrêté du 23 novembre 1922 prévoyant la perception de centièmes additionnels à l'impôt foncier indigène au profit du budget local et fixant le nombre de ces centièmes.

Art. 2. — Sont et demeurent abrogés à compter du 1er janvier 1926 les arrêtés des 8 mars 1911, 19 mars 1911, 25 novembre 1911, 25 février 1913, 1er avril 1913, 28 février 1914, 4 mai 1914, 28 décembre 1916, 11 mai 1917 instituant des centièmes additionnels à l'impôt foncier indigène et au droit d'immatriculation des Asiatiques étrangers en remplacement de l'ancien affermage des bacs et marchés.

Art. 3. — L'usage des bacs à rames est gratuit. Leur entretien et leur fonctionnement sont à la charge du budget local.

L'usage des bacs à moteur donne lieu à la perception d'un péage suivant un tarif établi spécialement pour chaque bac.

Art. 4. — Il ne pourra être établi sur les halles, foires et marchés aucune taxe ou droit de place au profit du budget local.

Toutefois les villages pourvus d'un conseil communal organisé conformément à l'arrêté du 12 août 1921, et dotés d'un budget communal fonctionnant régulièrement, pourront être autorisés à établir et percevoir des droits de place sous réserve absolue d'avoir préalablement aménagé leur marché et d'avoir construit à leurs frais des halles, soit en maçonnerie, soit en paillotte avec charpentes définitives en bois. Les taxes ainsi perçues seront affectées à l'entretien et à l'amélioration du marché.

Dans les centres urbains, l'établissement des droits de place est autorisé par le Résident Supérieur qui en détermine le tarif. Dans toutes les autres communes, les mêmes pouvoirs sont confiés au Résident Chef de province.

Art. 5. — Le Chef de Cabinet, les Résidents Chefs de province et les Commandants de Territoire militaire sont chargés, chacun en ce qui le concerne, de l'exécution du présent arrêté.

Hanoi, le

Le Résident supérieur *p. i.* au Tonkin, Chevalier de la Légion d'honneur,

Vu les décrets du 20 octobre 1911 fixant les pouvoirs du Gouverneur général de l'Indochine, du Gouverneur de la Cochinchine et des Résidents supérieurs ;

Vu le décret du 20 octobre 1911 fixant l'organisation financière de l'Indochine, modifié par le décret du 30 juin 1916 ;

Vu le décret du 30 décembre 1912 sur le régime financier des Colonies modifié par les décrets des 24 août 1918, 30 décembre 1920, 19 janvier 1924, 3 mai 1924 et 20 janvier 1925 ;

Vu l'arrêté du 20 décembre 1913 modifié par l'arrêté du 28 octobre 1915 instituant un régime spécial en faveur des concessions ;

Vu l'arrêté du 2 1897 sur l'impôt foncier indigène ;

Vu l'avis émis par la Chambre consultative indigène dans sa séance du...

Le Conseil du Protectorat entendu,

ARRÊTE :

Article premier. — A partir du 1er janvier 1926, sous réserve des dispositions de l'arrêté du 20 décembre 1913 modifié par l'arrêté du 28 octobre 1915, la propriété foncière indigène et des asiatiques étrangers et assimilés sera assujettie au paiement de l'impôt foncier rural d'après les bases déterminées aux articles 2 et 3 ci-après :

Art. 2. — *a)* Terrains propres à la culture au riz :

Rizières de 1re classe : par mâu et par an. . . 2 § 00

— 2e classe : — — . . . 1 50

— 3e classe : — — . . . 1 00

b) Terrains divers :

1re classe : 50 par mâu et par an ; dans les terrains de 1r classe seront compris ceux qui sont propres à la culture du tabac, du bétel, de l'aréquier, du cocotier, de la canne-à-sucre ;

2° *classe* : 1 $ oo par mâu et par an; dans les terrains de 2e classe seront compris ceux qui sont propres à la culture du mûrier, du coton, du jute indigène, de la ramie, du ricin ;

3° *classe* : o $ 5o par mâu et par an ; dans les terrains de 3° classe seront compris ceux qui sont propres à la culture du café, du thé, du maïs, du sésame, des patates, du taro, des haricots, des légumes divers, des arbres fruitiers, des joncs à nattes, des arachides, les terrains d'habitation ;

4° *classe* : o $ 2o cents par mâu et par an ; dans les terrains de 4° classe seront compris les terrains incultes, les terrains vaseux, les mares et les salines ;

5e *classe* : o $ o2 cents par mâu et par an ; dans les terrains de 5° classe seront compris les terrains incultivables et non susceptibles de reboisement régulier.

Art. 3. — Seront seuls exemptés de l'impôt foncier, les terrains occupés par les cimetières, les temples, les églises, les pagodes, les édifices divers des différents cultes, ainsi que les terrains compris dans l'enceinte de ces édifices.

Art. 4. — Les terrains situés dans les circonscriptions énumérées à l'article 1er de l'arrêté du 20 décembre 1913 et affectés à la culture du caféier ou du théier seront exemptés du paiement de l'impôt foncier, les premiers pendant les 6 premières années commençant le jour de la mise en plants, les seconds pendant les 4 premières années.

A l'expiration de ces délais, la taxe est fixée à o $ 5o par an et par mâu (terrains de 3e classe).

Toute mise en plants d'un terrain ne supportant pas antérieurement les caféiers ou les théiers doit être précédée d'une déclaration à la Résidence.

Cette déclaration doit faire connaître la situation exacte et la superficie du terrain à mettre en plants.

En l'absence de déclaration et en cas de fraude dans sa teneur, les terrains seront immédiatement imposés.

Art. 5. — Seront exemptés d'impôt, jusqu'à nouvelle décision, les terrains cultivés en jute exotique, à condition que ces terrains aient été classés comme terrains incultes avant d'avoir été cultivés en jute.

Art. 6. — Le classement des propriétés immobilières sera effectué par les soins des Résidents chefs de province. Il sera établi deux rôles distincts : le premier numérique pour la propriété annamite, le second nominatif pour les propriétaires fonciers asiatiques étrangers et assimilés.

La perception de l'impôt foncier se fait au 6· mois annamite. Il ne pourra être accordé des délais que dans des cas spéciaux et sur décision expresse du Résident supérieur.

Art. 7. — Est abrogé l'arrêté nº 581 du 2 juin 1897.

Art. 8. — Le Chef de Cabinet, les Résidents chefs de province et les Commandants de Territoire militaire sont chargés, chacun en ce qui le concerne, de l'exécution du présent arrêté.

Hanoi, le

A. — NÓI VỀ VIỆC CẢI-LƯƠNG NGẠCH THUẾ ĐIỀN

Nói về việc cải-lương ngạch thuế điền.

Nhà-nước bảo-hộ dự định cải-lương ngạch thuế điền ở vùng Bắc-kỳ. Nhưng mà trước khi định lại ngạch thuế ấy nhà-nước muốn hỏi ý-kiến Tư-vấn-nghị-viện và Phòng Canh-nông, vì hai nghị-viện ấy dữ quyền-lợi những điền chủ pháp và Annam sau này phải chịu thuế mới.

Việc cải-lương này không phải là có ý để thêm sô thu đầu, nghĩa là nhà nước không có ý tăng thuế điền để lấy tiền thêm của dân. Chủ ý nhà-nước là chỉnh đồn lại cách thu thuế điền, ngạch thuế này nguyên trước là thuế có phân từng hạng, nhưng lâu ngày thành ra thuế quân phân. Nhà-nước sẽ thông tư các quan thủ-hiến các tỉnh để cho lúc thi-hành việc cải-lương này nhân dân khỏi phải chịu thuế nặng hơn lên. Muốn cho việc cải-lương này không thiệt cho nhà-nước thì phải dự-định thêm một trăm đồng bạc là hai đồng. Sô thêm ấy là để phòng sa cho việc dự-toán, chính thực không phải là tăng ngạch thuế điền đầu.

Trước hết nhà-nước muốn giảm tiện ngạch thuế điền và cách thu ngạch thuế ấy. Muốn được như thế thì nên gồm thuế chính ngạch và tạp thuế về thuế điền, vào làm một. Cứ như bây giờ điền thổ chịu một sô thuế lại chịu thêm bao nhiêu là thuế phụ thu ; như thế thực là để cho sinh ra nhiều sự gian-giỏi.

Sau nữa nhà nước lại muốn phân ngạch thuế điền cho đều. Hiện nay ngạch thuế đã mất cái tính chất thuế có từng hạng mà thành ra một thứ thuế quân phân. Mà sự bỏ thuế quân phân xưa nay không có theo công bằng bao giờ cả, những kỳ-hào trong dân muốn bỏ thuế thế nào thì được như thế, cho nên chỉ những người điền-chủ dân em trong làng phải chịu thiệt mà không biết kêu vào đâu.

Muốn được như thế thì đợi việc lập địa-bạ các tỉnh song đã, hiện nay ở tỉnh Hà-đông, tỉnh Hải-dương và tỉnh Ninh-bình đã đương lập địa-bạ lại, sau rồi việc ấy sẽ thi-hành ra các tỉnh khác.

Có địa-bạ thì sẽ biết được ruộng nào là của ai, biết mỗi khu ruộng đo được bao nhiêu thước, tấc; vậy sau có thể đánh thuế cho công bằng được. Các người điền=chủ sẽ biết được rằng là một người có đích xác bao nhiêu mẫu, sào, thước, ruộng, biết ngạch thuế điền thổ và biết phải nộp thuế là bao nhiêu. Vậy ai ai cũng không phải chịu những kỳ-hào chuyên quyền lạm bổ và lạm thu.

Chủ-đích việc cải-lương thuế điền đã giải ra ở bản dự-nghị-định đính theo đây; nhà-nước muốn biết ý-nghĩ Tư-vấn hội-viện về việc ấy ra thế nào.

Quan Thống sư J. KRAUTHEIMER

ký tên

Quan Thông-sứ Bắc-kỳ, Đệ ngũ hạng Bắc-đẩu Bội-tinh.

Chiểu chi chỉ dụ quan Giám-quốc ngày 20 octobre 1911, định quyền quan Toàn-quyền, quan Thống-Đốc Nam-kỳ, các quan Thống-sứ Đông-pháp.

Chiểu chi chỉ-dụ ngày 20 octobre 1911, về việc tài chính xứ Đông-pháp, và chỉ-dụ ngày 30 juin 1916 chỉnh đổn lại chỉ-dụ ấy ;

Chiểu chi chỉ dụ ngày 30 décembre 1912 về việc tài-chính các thuộc-địa, chỉ dụ ngày 24 août 1918, 30 décembre 1920, 19 janvier 1924, 3 mai 1924 et 20 janvier 1925, cải chỉnh chỉ-dụ ngày 20 décembre 1912 ;

Chiểu nghị-định ngày 25 octobre 1910, 8 mars 1911, 19 mars 1911, 25 novembre 1911, 25 février 1913, 1er avril 1913, 28 février 1914, 4 mai 1914, 28 décembre 1916, 11 mai 1917 về việc bãi ngạch thuế tạp-thu thị-độ và định ra ngạch thuế phụ-bổ vào thuế điền và thuế người Trung-hoa.

Chiểu nghị-định ngày 23 novembre 1922 định số phụ-thu vào thuế điền ở Bắc-kỳ ;

Chiểu ý-kiến Tư-vấn-nghị-viện đã bày tỏ ra ở kỳ hội-đồng ngày...

Bắc-kỳ Bảo-hộ Hội-viện đã ưng thuận.

NGHỊ-ĐỊNH

Khoản thứ nhất. — Nghị-định ngày 23 novembre 1922, định ra một ngạch thuế phụ-thu vào thuế điền cho số chi-thu Bắc-kỳ và định số tiền phụ thu ấy thì sẽ bãi đi từ ngày 1er janvier 1926.

Khoản thứ 2. — Nhưng nghị-định ngày 8 mars 1911, 19 mars 1911, 25 novembre 1911, 25 février 1913, 1er avril 1913, 28 février 1914, 4 mai 1914, 28 décembre 1916, 11 mai 1917 định ra một ngạch phụ-thu vào thuế điền thổ Annam và thuế người Trung-hoa, thay cho thuế đò thuế chợ, nhưng nghị ấy sẽ bãi đi kể từ ngày 1er janvier 1926.

Khoản thứ 3. — Ai đi qua phà cũng không phải chịu tiền. Số chi-thu Bắc-kỳ sẽ chịu tiền phí-tổn để chở, chữa chạy các phà ấy.

Các phà có máy chở thì ai đi qua cũng phải chịu tiền, theo như giá định các hạng hành-khánh.

Khoản thứ 4 — Những quán chợ, chỗ họp chợ, các chợ ở thôn quê, không có bỏ một hạng thuế nào để người buôn bán phải chịu và để lợi cho sổ chi-thu Bắc-kỳ.

Những các dân làng đã cải-lương theo như cách thức trong nghị-định 12 août 1921 và đã có sổ thu-tiêu minh bạch thì có quyền định ra và thu một hạng thuế cửa hàng. Song các dân xã ấy phải bỏ tiền ra để tu bổ các quán chợ, phải làm quán bằng gạch, ... ng dành hay bằng gỗ. Thuế các dân xã ấy thu riêng thì phải ... sửa sang vào các chợ.

Ở các tỉnh lỵ, thì do quyền quan Thống-sứ định thuế cửa hàng. Còn ở các xã thì giao quyền các quan Công-sứ được nghĩ-định.

Khoản thứ 5. — Quan Đổng-lý phủ Thống-sứ, các quan Công-sứ các tỉnh, quan Thủ-hiến các đạo quan binh đều chiều nghị thi-hành.

Hanoi, ngày

Chuẩn y
tại Hội-đồng thường-trực
Thượng-nghị-viện Đông-pháp,
Quan Toàn-quyền Đông-pháp ký tên,

Quan Thống-sứ Bắc-kỳ, Đệ ngũ hạng Bác-Đầu Bội-tinh.

Chiếu chỉ chỉ-dụ ngày 20 octobre 1911 định quyển quan Toàn-Quyển Đông-pháp, quan Thống-Đốc Nam-kỳ và các quan Thống-sứ ;

Chiếu chỉ chỉ-dụ ngày 20 octobre 1911, và chỉ-dụ ngày 30 juin 1916 về việc tài chính Đông-pháp ;

Chiếu chỉ-dụ ngày 30 décembre 1912 về việc tài-chính các thuộc-địa, và chỉ-dụ ngày 24 août 1918, 30 décembre 1920, 19 janvier 1924, 3 mai 1924, và ngày 20 janvier 1925 cái chính chỉ-dụ ngày 30 décembre 1912 ;

Chiếu nghị-định, ngày 20 décembre 1913 cái chính bởi nghị ngày 28 octobre 1915 định ra một ngạch thuế riêng cho các đồn điển ;

Chiếu nghị-định ngày 2 juin 1897 về ngạch thuế điển Annam ;

Chiếu ý kiến Tư-vấn-nghị-viên đã bày tỏ ra tại hội đồng ngày.

Hội-đồng Bảo-hộ Bắc-kỳ chuẩn thuận.

NGHỊ ĐỊNH :

Khoản thứ 1. — Kể từ ngày 1er janvier 1926, trừ ra tác-lệ nghị-định ngày 20 décembre 1913, và nghị ngày 28 octobre 1915 đã định ra về việc nầy, các hạng điển thổ của người ta và người Trung-hoa hoặc người ngoại quốc theo một luật như người tàu, các hạng điển thổ ấy phải chịu thuế điển thổ ở thôn xã, theo như chừng mực định ở khoán 2 và 3 sau nầy.

Khoản thứ 2 — a) Ruộng đất cầy lúa :

Ruộng hạng nhất : một mẫu một năm nộp là . . . . 2 $ 00

—   nhị :   --   . . . 1   50

—   bá :   —   . . . 1   00

b) Ruộng đất giống mẫu và đất ở :

Hạng nhất : một mẫu một năm nộp là 2 $ 50 ; trong hạng nầy thì kể những đất giống thuốc lào, giống giấu khống, cau, rừa, mía ;

Hạng nhì: một năm một mẫu nộp là 1 $ oo ; kê : đất giống dâu, bông, đay, gai, thầu-dầu ;

Hạng ba : một mẫu một năm nộp là o $ 5o ; kê : đất giống ca phê, chè, lúa ngô, vừng, khoai lang, khoai sọ, đỗ, các thứ dau, cây ăn quả, cói, lạc và đất ở.

Hạng tư : một mẫu một năm nộp là o $ 2o ; kê : đất bỏ hoang, các vùng lầy, ao chuôm và ruộng muồi.

Hạng năm : một mẫu một năm nộp là o $ o2 : Nhưng đất không cấy cầy được và những khu đất không gây các thứ gộ được.

Khoản thứ 3 — Chỉ có những hạng đất sau này là được miễn thuê : thao ma, nghĩa địa, miều, nhà thờ đạo, chùa chiến, miều, và ruộng đất của những chùa chiến ấy.

Khoản thứ 4 — Những ruộng đất ở những hạt kể ở khoản thứ 1 nghị định ngày 2o décembre 1913 và giống ca phê, hay giống chè, không phải chịu thuê trong sáu năm đầu nếu là giống ca phê ; nhược bằng giống chè thì được miễn thuê trong bốn năm đầu.

Quá hạn ấy thì đất giống các thứ ấy sẽ phải nộp một mẫu một năm là o $ 5o (đất hạng ba).

Những đất nào trước không giống ca phê và giống chè, ai muốn khai khẩn g ống giọt thì phải khai tại toà sứ rồi mới được khởi hành.

Trong đơn khai thì phải nói rõ ràng khu đất ấy rộng là bao nhiêu và ở vào sứ nào.

Nếu không có tờ khai và sau tìm ra được sự man trá ở những nhời khai thì đất ấy phải chịu thuê.

Khoản thứ 5. — Đợi khi nào có nghị mới thì hãy hay, hiện nay những đất giống gai ngoại quốc không phải chịu thuê nhưng muồn được miễn thì những đất ấy phải ở hạng đất hoang mà ra.

Khoản thứ 6. — Việc chia ruộng đất ra từng hạng một thì do quyền các quan Còng-sứ thi hành. Sổ kê ra hai sổ : một sổ kê thứ tự những ruộng đất, một sổ kê tên những chủ điền là người Tầu hay những người ngoại quốc theo một luật như người Trung-hoa.

Tháng sáu Annam thì thu thuế điền. Trừ khi nào có sự tai biến gì thì mới chiều nghị-định quan Thông-sứ cho dân khất một vài hạn.

Khoản thứ 7. — Nghị-định no 581 du 2 juin 1897 sẽ bãi đi.

Khoản thứ 8. — Quan Đông-lý phủ Thông-sứ, quan Còng-sứ các tỉnh, quan Thủ-hiến các đạo quan binh, đều chiều nghị thi-hành.

Hanoi, ngày

Thuận y
tại Hội-đồng thường-trực
Thượng-nghị-viện Đông-pháp
Quan Toàn-quyền Đông-pháp ký tên,

———————

B. — LA PETITE COLONISATION INDIGÈNE DANS LA MOYENNE ET LA HAUTE RÉGION DU TONKIN

B. — LA PETITE COLONISATION INDIGÈNE DANS LA MOYENNE ET LA HAUTE RÉGION DU TONKIN

Messieurs,

J'ai l'honneur de vous soumettre un projet d'arrêté dont les dispositions ont pour but d'encourager la petite colonisation annamite dans la Moyenne et la Haute Région du Tonkin.

Le moment paraît en effet opportun pour aider par des mesures appropriées l'initiative individuelle. L'insécurité du pays qui fut pendant des années un des principaux obstacles à cette colonisation, a maintenant complètement disparu, les moyens d'accès vers la Moyenne Région ont été grandement améliorés, l'insalubrité elle-même qu'il ne faut du reste pas exagérer, a reculé progressivement devant la mise en culture, enfin les Annamites, mieux instruits de leurs intérêts et des possibilités qu'offrent les provinces du moyen Tonkin montrent moins d'hésitation à quitter l'horizon familier du Delta. Le mouvement d'émigration vers la Moyenne Région est d'ailleurs déjà commencé depuis plusieurs années et a été signalé à diverses reprises par les Résidents.

Dans le nouvel arrêté, on s'est efforcé de simplifier la procédure pour ne pas rebuter les futurs colons. En fait, la demande de concession se réduit à une simple requête sur papier timbré adressée au Résident Chef de province qui donne immédiatement à l'immigré l'autorisation de s'installer sur les lieux et à commencer ses travaux en attendant que l'enquête administrative permette de lui délivrer son titre de concession provisoire. La publicité assurée aux demandes par voie d'affichage et l'enquête domaniale effectuée sur place par une commission comprenant des représentants du village sur le territoire duquel se trouve le terrain dont la concession est demandée, donnent aux propriétaires et aux villages des régions intéressées, toutes les garanties désirables. La pratique actuellement établie dans plusieurs circonscriptions d'accorder des autorisations de défrichement et de culture se trouve ainsi réglementée en même que l'octroi à l'immigré d'un titre de propriété lui donne une sécurité complète ; toute tentative du village voisin tendant à l'évincer de son exploitation une fois la mise en valeur effective réalisée devient en effet ainsi impossible.

Il est permis d'espérer que cet arrêté, combiné avec le nouveau règlement destiné à préciser les droits des « absents temporaires » des villages, atteindra peu à peu le but cherché. Le paysan du Delta désireux de venir tenter fortune dans la Moyenne Région hésitera moins qu'autrefois à courir sa chance sachant qu'en cas d'échec il retrouvera sa place au village paternel. La venue de cette main-d'œuvre agricole accélérera la mise en culture de la Moyenne Région et permettra ainsi peu à peu de décongestionner le Delta surpeuplé. Tel est le but, Messieurs que le Protectorat s'est proposé de réaliser par le projet d'arrêté qui vous est présenté aujourd'hui. Il est certain que c'est une œuvre de longue haleine. Au moment où il semble possible de l'entreprendre avec chance de succès l'Administration a tenu à témoigner sa sollicitude aux populations laborieuses du Delta voulant aller tenter fortune dans la Moyenne Région. Elle leur offre, moyennant un peu d'initiative, la possibilité de se créer en quelques années une propriété individuelle qui leur assurera le bien-être. La Chambre Consultative Indigène du Tonkin qui, à différentes reprises s'est intéressée au problème de la mise en valeur de la Moyenne Région et l'a signalé à l'attention de l'Administration locale, tiendra sans nul doute à s'associer à l'essai tenté en donnant son adhésion au présent projet, et en nous aidant dans l'organisation de la propagande qui doit en assurer le succès.

— 26 —

PROJET D'ARRÊTÉ

sur la Colonisation Indigène dans la Moyenne et la Haute Région du Tonkin.

Le Résident Supérieur *p. i.* au Tonkin,

. . . .

Article premier. — Le présent arrêté a pour but de faciliter la Petite Colonisation Indigène dans la Moyenne et la Haute Région du Tonkin.

Art. 2. — Peuvent seuls demander des concessions sous le régime du présent arrêté les Annamites et autres indigènes originaires du Tonkin, âgés au minimum de 21 ans décomptés suivant l'usage annamite au moment où la demande de concession est formulée et ayant le droit de posséder des biens en propre.

Art. 3. — Les demandes de concessions régies par le présent arrêté doivent être adressées sur papier timbré au Résident Chef de la province ou Commandant du territoire dans lequel se trouve le terrain sollicité.

Ces demandes sont individuelles et ne peuvent concerner des superficies supérieures à 15 mâu dont 10 au maximum de terrains cultivables en rizières. Il ne peut être demandé dans la même province plus d'une concession par une même personne.

La demande devra indiquer le nom et le domicile du demandeur, le village sur le territoire ou près du territoire duquel se trouve le terrain sollicité et préciser clairement la situation, la contenance et les abornements de ce terrain.

Elle sera accompagnée d'un croquis figuratif dudit terrain. En cas d'absence de croquis le Résident pourra en faire établir un administrativement.

Le terrain demandé doit être délimité par le demandeur à l'aide
de bornes apparentes et durables placées aux différents angles de
la parcelle.

Art. 4. — Il est ouvert dans chacune des provinces ou territoires
énumérés à l'article premier un registre à souches destiné à l'enre-
gistrement des demandes de petites concessions indigènes, objet
du présent arrêté. Le volant sera détaché du talon et remis à
l'indigène demandeur après signature du Résident ou du Comman-
dant du territoire.

Art. 5. — Toute demande de concession sera affichée pendant
un mois par les soins de l'autorité provinciale :

1° — sur le terrain demandé ;

2° — au dinh ou à la pagode du village sur le territoire duquel
se trouve ce terrain ou à défaut devant le domicile du ly-truong du
village intéressé ;

3° — à la porte des bureaux de la Résidence, à la porte des bu-
reaux des Délégués, du Quan-huyên ou Tri-châu.

Cette demande devra être affichée en caractères chinois, en
quôc-ngu et éventuellement en caractères du pays.

Art. 6. — A l'issue de la période d'affichage, une commission
d'enquête administrative se réunit. Elle comprend :

Le Résident ou le Commandant du territoire (ou
    son délégué). . . . . *Président ;*
Le mandarin chef de circonscription. . . . .⎫
Le chef ou sous-chef de canton du lieu . . .⎪
Un délégué du Conseil communal et le ly-truong⎬ *Membres.*
    ou à défaut deux notables du village sur⎪
    lequel se trouve le terrain sollicité ou des⎪
    villages voisins. . . . .⎭

Si le terrain est situé dans une région forestière, l'agent du Service Forestier de la circonscription dans laquelle se trouve ce terrain s'adjoindra à la commission sur avis qui lui sera adressé par le Résident Chef de province.

Le demandeur et les propriétaires riverains sont dûment convoqués et assistent à l'enquête administrative.

Le procès-verbal constate l'état et la nature du terrain, indique s'il est occupé ou non. Il mentionne les réserves et observations qui seraient présentées par le représentant du Service Forestier, par les notables représentant le village ou par les propriétaires riverains.

La commission administrative conclut soit à l'accord, soit au rejet de la concession demandée en justifiant ses propositions.

Art. 7. — Après examen de ces constatations et propositions, le Résident ou le Commandant du territoire inscrit sa décision à la suite du procès-verbal, en la justifiant s'il en est besoin.

Art. 8. — La concession des terrains domaniaux telle qu'elle est prévue par le présent arrêté est accordée par le Résident Chef de province ou le Commandant du territoire.

A cet effet, il est ouvert dans chacune des provinces ou territoires intéressés un registre à souches comprenant deux volants, le premier portant autorisation de culture, le deuxième portant concession définitive après la mise en valeur dûment constatée.

Art. 9. — L'autorisation de culture est accordée au demandeur aux conditions suivantes :

1° — Le concessionnaire doit s'installer sur le territoire du village où se trouve située la concession demandée ou y installer un métayer. Il doit, s'il n'en possède pas encore, y construire une maison définitive pour sa famille ou celle de son métayer ;

2° — Le concessionnaire ou son métayer doit se faire inscrire au rôle du village dont dépend la concession, y payer son impôt personnel et supporter les charges communales ;

3° — Le concessionnaire doit payer au village l'impôt foncier à partir du 1ᵉʳ janvier qui suit l'expiration de la 4ᵉ année à compter de la date d'autorisation de culture ;

4° — La mise en culture doit être assurée complètement dans un délai maximum de 6 ans ;

5° — Le terrain ne peut être ni aliéné définitivement ou à réméré, ni engagé, ni donné, ni légué pendant toute la période provisoire de mise en culture et jusqu'à ce que le titre de concession définitive ait été délivré.

Art. 10. — Le concessionnaire désireux d'installer un métayer sur sa concession doit en aviser par écrit le Résident Chef de province ou Commandant de territoire et joindre à sa lettre une ampliation du contrat de métayage. Cette formalité n'est plus nécessaire dès que la concession est devenue définitive.

Art. 11. — Si les conditions ci-dessus prescrites ne sont pas observées, l'autorisation de culture accordée peut, à tout moment, être annulée par le Résident Chef de province ou le Commandant du territoire.

Mention de cette annulation est portée, dûment signée par le Résident ou le Commandant du territoire, tant sur la souche du registre spécial de concession que sur le volant, non encore détaché, afférent à la concession définitive du terrain envisagé.

Art. 12. — Dès réception de la demande de concession et en attendant la décision administrative qui mettra l'immigré en possession de sa concession provisoire, le Résident Chef de province ou le Commandant de territoire peut, s'il n'y a pas d'empêchements apparents, l'autoriser à s'installer immédiatement à ses risques et périls sur la concession demandée.

Art. 13. — A partir de la 4ᵉ année; et dès la mise en culture complètement réalisée, le concessionnaire provisoire peut solliciter la concession définitive du terrain.

Art. 14. — Après réception de la demande de concession définitive, ou à l'expiration du délai maximum de six années, une commission administrative se réunit qui comprend :

Le Résident chef de province ou le Commandant du territoire (ou son délégué) . . . . *Président.*

Le mandarin Chef de circonscription. . . .
Le chef ou sous-chef de canton . . . . .
Le chanh-huong-hoi et le ly-truong ou à défaut deux notables du village sur le territoire duquel se trouve le terrain concédé ou des villa. ges voisins. . . . . *Membres ;*

Cette commission vérifie la mise en culture et l'accomplissement définitif des conditions stipulées à l'article 9 et soumet dans un rapport ses constatations et conclusions au Résident ou Commandant de territoire qui statue.

Art. 15. — En cas de décès du concessionnaire avant accord de la concession définitive les héritiers du défunt ont un délai de trois mois pour faire connaître s'ils entendent se substituer au concessionnaire avec toutes obligations et charges afférentes à la dite concession. Si à l'expiration de ce délai cette demande de substitution n'a pas été faite la concession fait retour au domaine sur décision du Résident ou du Commandant de territoire.

Art. 16. — Si la concession définitive est accordée, le Résident ou Commandant de territoire remet au concessionnaire le deuxième volant dûment daté et signé.

Si, après expiration du délai de six ans, les conditions stipulées à l'article 9 ne sont pas intégralement réalisées, la concession provisoire est annulée ainsi qu'il est dit à l'article 10. Cependant, si les autres conditions ayant été remplies, il est constaté que les deux tiers de la concession demandée ont été mis en valeur, la commission administrative pourra proposer et le Résident pourra accorder un nouveau et dernier délai de 3 ans après lequel la mise en valeur devra être intégralement réalisée.

A l'expiration de ce délai supplémentaire ou à l'expiration du délai de 6 années si le délai supplémentaire n'est pas accordé, les parties de la concession non mises en valeur font retour au domaine.

Art. 17. — Réserves — En outre des réserves légales prévues ou non par les arrêtés des 15 janvier 1903, 27 décembre 1913 et 26 novembre 1918, demeurent expressément réservés :

a) Les voies de communication actuellement existantes et traversant ou bordant les terrains concédés ; les premières, s'il s'agit de voies de terre, devront être constamment entretenues par le concessionnaire en bon état de viabilité ;

b) L'accès aux tombeaux, pagodes et tous édifices consacrés aux cultes, ainsi que toutes servitudes de puisage ou d'irrigation apparentes ou occultes actuellement existantes ;

c) Les objets précieux ou antiques qui pourraient être découverts sur les terrains concédés ;

d) Les mamelons, rochers ou carrières dont l'Administration estimerait la réserve utile en vue d'une extraction de matériaux pour travaux d'utilité publique ;

e) Les droits des permissionnaires de recherches ou concessionnaires de mines ayant déjà obtenu ou qui pourraient obtenir ultérieurement l'autorisation d'occupation temporaire prévue par les articles 58 du décret du 25 février 1897, 52, 53 et 70 du décret du 26 janvier 1912 ;

f) Les droits du Domaine sur les scories ou autres produits de l'exploitation de mines à la surface ou enfouis dans le sol.

Les agents de l'Administration pourront user du droit de passage sur tous les chemins et, en général, sur toutes les voies de communication actuelles ou futures traversant ou bordant la concession, qu'elles soient ou non l'œuvre du concessionnaire.

Les tiers pourront user de toutes les voies de communication et de toutes les servitudes apparentes ou occultes existant à la date du présent arrêté.

Art. 18. — Les autorités locales auront le droit de reprendre à une époque quelconque le libre usage des terrains concédés définitivement nécessaires aux besoins des services de l'État ou de la colonie et à tous les travaux d'utilité publique qu'elles jugeraient convenable d'exécuter ou de faire exécuter par les concessionnaires de ces services publics.

Cette reprise aura lieu :

1° — Si les terrains ne sont pas mis en exploitation, sans indemnité ;

2° — S'il s'agit de terrains bâtis ou mis en exploitation, moyénnant une indemnité à fixer de concert avec le concessionnaire ; en cas de désaccord, il sera statué par le Tribunal compétent ; l'expertise sera obligatoire si elle est demandée par l'une des parties, et il y sera procédé dans les formes prévues par les articles 302 et suivants du Code de procédure civile.

Art. 19. — L'Administration ne fournit au concessionnaire aucune garantie contre les troubles, évictions ou revendications des tiers, notamment celles des concessionnaires limitrophes.

Art. 20. — Le concessionnaire est tenu de faire élection de domicile dans la province de la situation de la concession.

Faüte par lui de se conformer à cette disposition, tous actes postérieurs lui seront valablement signifiés au bureau de la Résidence ou du Territoire.

Art. 21. — Les concessions définitives ne pourront faire l'objet d'une aliénation ou d'une disposition à titre gratuit ou onéreux, au profit de personnes de nationalité étrangère, sans l'autorisation préalable et formelle du Résident Supérieur.

Toute transmission de propriété effectuée contrairement aux dispositions ci-dessus sera nulle et entraînera le retour au domaine de l'immeuble libre de tous droits réels constitués depuis l'acte de cession illicite.

Art. 22. — Les dispositions du présent arrêté ne sont pas applicables aux demandes de concession d'endigage et de lais de mer qui restent soumises aux prescriptions des décisions et arrêtés en vigueur.

Mesures transitoires.

Article premier. — Les immigrés actuellement autorisés par les autorités communales à mettre en valeur des terrains communaux abandonnés pourront adresser au Résident Chef de province ou Commandant de territoire une requête dans les formes prévues à l'article 3 du présent arrêté en vue d'obtenir la concession définitive des terres mises en valeur par leurs soins.

L'enquête administrative et la délivrance du titre de concession définitive seront effectuées suivant les formes prévues aux articles 14 et 16 du présent arrêté.

Art. 2. — Les indigènes munis d'autorisations provisoires de défrichement ou de culture accordées antérieurement au présent arrêté par le Résident Chef de province ou le Commandant de territoire en vue de la mise en valeur de faibles superficies, pourront sitôt la mise en valeur de leur concession contrôlée dans les conditions prévues à l'article 14 du présent arrêté, demander la délivrance d'un titre régulier de concession définitive. Ce titre leur sera délivré après enquête administrative effectuée dans des conditions identiques à celle prévue à l'article 1er des mesures transitoires du présent arrêté.

B. — SỰ DI ÍT PHẦN DÂN LÊN TRUNG-DU CÙNG THƯỢNG-DU XỨ BẮC-KỲ

Sự di ít phần dân lên trung-du cùng thượng-du sứ Bắc-kỳ.

Thưa các ngài,

Nay tôi xin giao các ngài một bản giự thảo nghị-định, mục đích nghị-định ấy là chấn hưng việc di ít phần dân lên trung du cùng thượng du xứ Bắc-kỳ.

Bây giờ hình như chính đương cái thời buổi phải nên tìm cách thích đáng để giúp sự khởi kiền của mọi người. Sự trộm giặc mà mấy năm về trước làm ngăn trở cho việc di dân, thì nay đã tiệt hẳn, đường xá giao thông mấy mọn trung du nay đã tốt hơn trước nhiều, đến ngay như nước độc (ta không nên cho là độc quá) nay cũng theo chiếu khai khẩn các đồng điền mà bớt độc dần ; sau nữa người An-nam, vì đã hiểu rõ rằng miền trung du có thể khai khẩn được và đã hiểu rõ các điều lợi về việc khai khẩn ấy, thì nay bỏ trung châu mà đi lên mạn trung du cũng không lấy gì làm ngần ngại nữa. Cái phong trào di dân ấy đã khởi điểm từ mấy năm rồi ; các quan công-sứ các tỉnh đã từng có nói về việc đó.

Trong đạo nghị-định mới này nhà nước có ý làm cho cách di dân lên trung du rất giản dị, để cho người thực dân về sau này khỏi trông thấy sự phiền kịch mà nản lòng. Muốn xin khai khẩn, chỉ phải làm đơn bằng giấy tín chỉ, nộp lên quan Công-sứ đầu tỉnh ; lập tức quan Công-sứ cho phép sửa sang chỗ ở, cùng bắt đầu khởi các công việc, đợi đến lúc xét kỹ càng rồi, giữ cấp một bản « nghị-định cho tạm khẩn » (titre de concession provi-oire). Đơn xin khẩn, thì mang yết thị cho công chúng đều biết, hội-đồng đến tận nơi mà xét việc điền thổ công tư thế nào, thì có người đại biểu của làng mà có ruộng để cho người xin khẩn, định như thể là có ý giữ quyền lợi cho các điền chủ cùng các làng giáp ruộng ấy. Các cách hiện đương thông dụng ở các tỉnh là cách cho phép phá hoang điền, làm thục điền thì nay thành quy củ, và sự giao cho người khai khẩn một đạo chứng chỉ rằng ruộng đất nào là thuộc quyền sở hữu của mình (titre de propriété) làm cho người di cư ấy không có điều gì lo ngại nữa. Làng lân bang dẫu muốn tìm cách chanh chiếm ruộng đất sau khi người di dân cư đã khai khẩn rồi, cũng không thể làm thế nào mà chanh chiếm được.

Chắc rằng nghị định này thi hành với cái kỷ luật mới nói về quyền lợi của người tạm thời vắng mặt ở làng, sau này sẽ dần dần được kết quả. Dân trung châu muốn lên trung du mà làm giầu, nay ít điều lo ngại như trước, vì biết chắc rằng nếu việc làm không thành, mình lại có thể về nhận ngôi thứ ở làng mình như cũ. Di dân như thế đã chống cho sự khai khẩn sứ trung du, mà xứ trung châu cũng nhờ đó đỡ cái nạn đông dân quá. Mục đích nhà nước làm ra đạo giự thảo nghị định mà nay giao cho các ngài, là thế. Vẫn biết rằng việc di cư là một việc làm giải, không phải một chốc mà xong được; trong khi bản chức chắc rằng kinh doanh việc đó có thể thành công, thì nhà nước đã hết lòng tận trợ cho các người trung châu muốn tìm cách doanh nghiệp ở miền trung du. Ai có ít sáng kiến, nhà nước hiện cho cách có thể trong vài năm làm nên tư sản, đỡ sự túng bần. Hội đồng tư vấn ở B c-kỳ, đã nhiều lần lưu ý về vấn đề khai khẩn miền trung du và đã từng thương thuyết với nhà nước về vấn đề đó, chắc rằng nay biểu đồng tình với nhà nước mà y theo bản giự thảo này, và giúp nhà nước, trong việc tổ chức cuộc cổ động để cho nghị định ấy được thành hiệu.

———————

Dự thảo nghị định.

Điều thứ nhất. — Mục-đích nghị-định này là làm cho việc dí ít phần dân lên trung-du cùng thượng-du xứ Bắc-kỳ được dễ-dàng.

Điều thứ 2. — Chỉ có những người An-nam và người bản-xứ sinh tại Bắc-kỳ, mà tính đến ngày nộp đơn xin khẩn-thổ, theo tuổi An-nam ít ra là 21 tuổi, và có quyền được có của riêng, mới được xin khẩn-thổ theo như nghị-định này.

Điều thứ 3. — Đơn xin khẩn-thổ theo như nghị định này, thì phải làm bằng giấy tín-chỉ và nộp lên quan Công-sứ hay là quan Binh đầu tỉnh mà có đất xin khẩn.

Đơn xin khẩn-thổ thì chỉ từng một người một, và mỗi đơn không được xin quá 15 mẫu, trong số ấy thì 10 mẫu, là ruộng có thể cấy cày. Trong một tỉnh, mỗi người chỉ xin được một khu mà thôi.

Trong đơn phải kê rõ : tên-họ cùng chỗ ở, người đứng xin, làng có đất hay làng gần chỗ đất mình xin khẩn, và phải kê rõ rằng địa thể thể nào, diện-tích bao nhiêu, cùng tứ chí những đâu.

Đơn phải dính theo một bản địa-đồ vẽ miếng đất xin khẩn. Khi nào đơn không dính theo bản địa-đồ ấy, quan Công-sứ có thể sai làm một bản đồ, theo phép nhà-nước.

Người xin khẩn phải phân địa giới chỗ đất mình xin khẩn, phải cắm đá mốc cho được vững bền cùng rõ ràng ở các góc miếng đất xin khẩn.

Điều thứ 4. — Trong mỗi tỉnh hay đạo quan Binh kể ở trên điều thứ nhất có giữ một quyển số răng-cưa, để đăng lục những đơn xin khẩn thổ theo như nghị-định này. Giấy biên-nhận xé ở quyển số ấy thì giao cho người xin khẩn, giấy ấy phải có chữ ký của quan Công-sứ hay quan Binh đầu tỉnh.

Điều thứ 5. — Phàm đơn xin khẩn-thổ phải do quan tỉnh yết-thị trong một tháng.

1° — Ở chỗ đất xin khẩn;

2° — Ở đình hay chùa thuộc làng có đất xin khẩn hay nếu không có đình chùa, thì trước nhà người lý-trưởng làng ấy;

3° — Ở cửa Toà-sứ, ở cửa toà Đại-lý, ở cửa nhà Quan-huyện hay Quan-châu.

Yết-thị, phải yết bằng chữ nho, chữ quốc-ngữ và có khi nào cần đến, thì phải yết-thị bằng chữ bản xứ nữa.

Điều thứ sáu. — Yết-thị, hết hạn rồi, thì sẽ họp một hội-đồng điền thổ, hội-đồng có :

Quan Công-sứ hay quan Binh đầu tỉnh (hay một vị quan thay mặt) . . . . *làm chủ-tọa,*

Quan bản hạt . . . .
Chánh hay phó tổng ở vùng đó. . . . .
Một người đại-biểu của hương-hội và người lý-trưởng, hay nếu không có, thì 2 người kỳ-dịch ở làng có đất cho khẩn hay làng bên cạnh . . . . *hội-viên.*

Nếu đất xin khẩn ở vào mạn rừng dữ, thì hội đồng sẽ dự thêm quan kiểm-lâm coi về hạt có đất ấy, do giấy báo của quan Công-sứ đầu tỉnh.

Lúc hội-đồng xét, thì phải có mặt những người xin khẩn cùng các điền-chủ bên cạnh chỗ đất xin khẩn. Những người ấy điều có giấy bán trước.

Trong biên-bản thì nói rõ địa-thế cùng tính-chất đất ấy, nói rõ cả đất ấy đã có người chiếm-nhận hay không. Hoặc quan kiểm-làm, hay kỳ-dịch đại-biểu, của làng dự hội-đồng, hay các điền-chủ lân-cận, có dị-nghị điều gì, thì cũng phải ghi vào trong biên-bản.

Hội-đồng xét xong nghị-định, hoặc nên y đơn xin khẩn, hoặc nên bác đơn xin khẩn, cũng phải kể cả nguyên do ra tại làm sao.

Điều thứ 7. — Quan Công-sứ hay quan Binh đầu tỉnh, sau khi xét biên-bản rồi, thì ghi ý-quyết định của mình vào sau tờ biên-bản ấy, khi nào cần đến, thì ghi cả nhẽ-lý tại làm sao mà quyết định như thế.

Điều thứ 8. — Cho khẩn-điền theo như nghị-định này thì do quan Công-sứ hay quan Binh đầu tỉnh cho.

Trong mỗi tỉnh hay đạo-binh có giữ một quyển sổ răng-cưa, mỗi quyển có hai thứ biên-lai xé ra được, một thứ b ên-lai để chứng-chỉ việc cho phép cấy cầy tạm; còn một thứ biên-lai để chứng-chỉ việc cho khẩn hẳn, sau khi quan chứng nghiệm rằng đất xin khẩn đã cấy cầy được rồi.

Điều thứ 9. — Muốn được phép cấy cầy thì người xin phải :

1° — Ở ngay địa-phận làng có ruộng xin khẩn hay cho người lĩnh-canh ở đấy. Nếu chưa có nhà-cửa ở đấy thì phải làm nhà cho vợ con ở hay cho người lĩnh-canh ở ;

2° — Phải nhập-tịch, hay người lĩnh-canh phải nhập-tịch vào làng có đất xin khẩn, phải đóng thuế-thân vào làng ấy, và phải đóng góp theo như người làng ấy ;

3° — Phải đóng thuế điền-thổ từ mồng một tháng giêng tây sau năm thứ tư kể từ ngày được cấy cầy ;

4° — Phải làm thế nào cho trong hạn 6 năm là cùng, đất xin khẩn phải cấy cầy cho hết ;

5⁰ — Phải giữ miếng đất ấy, không được bán đứt, bán đợ, cầm, cho, hay di-hạ trong thời-kỳ đương khai-khẩn và trước khi được: đạo chứng-chỉ rằng miếng đất ấy là đất của mình được khẩn hẳn.

Điều thứ 10. — Người khai-khẩn muốn cho người nào lĩnh-canh ở chỗ mình khai-khẩn thì phải có giấy nói trước với quan Công-sứ hay quan Binh đầu tỉnh, giấy ấy phải đính một bản hợp-đồng với người lĩnh-canh. Khi đã được phép khai-khẩn vĩnh-viễn rồi, thì không phải tuân theo thể-thức ấy nữa.

Điều thứ 11. — Nếu những thể-lệ nói ở trên đây, không tuân theo, quan Công-sứ hay quan Binh đầu tỉnh có thể bãi cái nghị định cho phép khai khẩn tạm.

Sự bãi đó sẽ chua vào trong sổ răng cưa, có chữ quan Công-sứ hay quan Binh đầu tỉnh ký ở giưới. Việc bãi ấy không những chua vào tờ giấy răng-cưa để lại ở trong sổ, mà lại chua cả vào giấy răng-cưa cho phép khai khẩn hẳn mà chưa phát nữa.

Điều thứ 12. — Ngay sau khi nhận đơn xin khẩn, và trong lúc đợi nghị-định cho phép khai-khẩn tạm, quan Công-sứ hay quan Binh đầu tỉnh xét, nếu không có điều gì ngăn-trở, có thể cho phép người xin khẩn được ở ngay chỗ đất xin khẩn, nhưng nếu có điều gì xảy ra, thì người xin khẩn phải chịu trách-nhiệm.

Điều thứ 13. — Từ năm thứ tư giở đi, và từ lúc đất xin khẩn đã cày cấy hết cả rồi, người khẩn có thể xin khẩn vĩnh-viễn được.

Điều thứ 14. — Sau khi nhận đơn xin khẩn vĩnh-viễn, hay là hết hạn sáu năm là cùng, lại họp một hội-đồng có :

Quan Công-sứ hay quan Binh đầu tỉnh (hay quan thay mặt). . . . . *làm chủ-tọa ;*
Quan bản-hạt. . . . .
Chánh tổng hay phó tổng . . . . . .
Chánh-hương-hội và lý-trưởng, nếu không *hội-viên ;* có thì 2 người kỳ-dịch ở làng có đất khẩn hay làng bên cạnh. . . . . .

Hội đồng này xét xem ruộng đã cày cấy thực hư thể nào, các khoản nói trên điều thứ 9 đã tuân theo hết chưa, rồi làm tờ bẩm lên quan Công-sứ hay quan Bình đầu tỉnh xử đoán. Trong tờ bẩm đó nói rõ khám xét những thể nào, và sự quyết nghĩ của hội đồng ra sao.

Điều thứ 15. — Nếu người khẩn điền chưa được phép khẩn vĩnh viễn, mà bất hạnh chết, những người thừa tự, trong hạn ba tháng, được phép trình mấy nhà nước rằng mình muốn xin thay quyền của người chết ấy, quyền lợi và trách nhiệm đều coi mình như là người khai khẩn còn sống vậy. Nếu hết hạn ba tháng, người thừa tự không có đơn xin thay quyền, ruộng đất ấy lại trở về làm công sản, do nghị-định quan Công-sứ hay quan Bình đầu tỉnh.

Điều thứ 16. — Nếu người khai khẩn được phép khẩn vĩnh viễn, thì quan Công-sứ hay quan Bình đầu tỉnh giao cho một tờ biên lai thứ hai, trước ở sổ tăng cưa ra, tờ biên lai ấy phải có đề ngày, tháng, năm cùng chữ ký của quan Công-sứ hay quan Bình đầu tỉnh.

Nếu trong hạn sáu năm, những điều phải làm nói ở điều thứ 9 mà không tuân theo hết, thời nghị-định cho phép khai khẩn tạm sẽ bãi đi như đã nói ở trên điều thứ 10. Nhưng nếu các điều phải làm đã làm đủ, mà ruộng đất ba phần đã khai khẩn được hai rồi, Hội-đồng có thể xin quan Công-sứ (hay quan Bình) đầu tỉnh, và quan Công-sứ có thể cho thêm một hạn là 3 năm nữa, hết hạn ấy, ruộng đất phải khai khẩn cho hết.

Sau cái hạn thêm ấy, hay sau cái hạn sáu năm nếu không được thêm hạn, những phần đất nào chưa kịp khai khẩn lại thuộc về công sản.

Điều thứ 17 — Trừ ra ngoài những khoản phải trừ theo pháp luật, khoản ấy hoặc có nói hoặc không, nói ở trong nghị định ngày

15 janvier 1903, 27 décembre 1913 và 20 novembre 1918, lại phải giữ lại :

a) những đường hiện đương có, đi qua hoặc giáp giới đất cho khẩn, nói về những đường đi qua chỗ đất khẩn, thì người khai khẩn phải trông nom tu bổ luôn luôn để cho đường ấy lúc nào cũng có thể đi lại được.

b) lối nào các mồ mả, chùa và các chỗ tế tự khác, cùng các địa dịch hiện đương có thuộc về việc lấy nước để uống, rửa, hay lấy nước để cày ruộng, địa dịch ấy hoặc hiển hiện, hoặc không hiển hiện ;

c) các đồ quí báu hay đồ cổ mà người ta có thể đào được ở trong đất khẩn ấy ;

d) đồi, núi-đá, chỗ lấy đá mà nhà nước cho rằng chử ra là có ích, để sau lấy những vật liệu cần dùng trong các công việc ích lợi chung ;

e) những quyền của những người được phép đi tìm mỏ hay người được phép khai mỏ mà đã có hay sau này sẽ có được chiếm cư tại chỗ đất nào, theo như các điều 58 trong sắc lệnh ngày 25 février 1897, 52, 53, và 70 sắc lệnh ngày 20 janvier 1912.

f) quyền của nhà nước thuộc về các thiết tra (scories) cùng các chất khác ở mỏ, hoặc ở trên mặt đất hoặc ngầm ở dưới đất.

Những người có chức phận của nhà nước, có thể lợi dụng các đường và nói cho rộng ra, có thể lợi dụng được hết các lối đi lại, hiện đương có hoặc sau này sẽ có, hoặc đi qua đất khai khẩn, hoặc đi chung quanh đất ấy, vô luận đường ấy do hay không do quyền người khai khẩn làm ra.

Các người ngoài (đệ tam nhân) đều có quyền được lợi dụng các lối đi lại, cùng các địa dịch hoặc hiển hiện, hay không hiển hiện, hiện đương phải chịu, kể từ ngày ký nghị định này.

Điều thứ 18. — Không cứ lúc nào, hễ khi phải dụng đến đất đã được khai khẩn hẳn rồi, để làm việc cho các sở thuộc về chính-

phủ Pháp, hay chính-phủ Đông-pháp, hoặc để làm những việc
công ích, không cứ rằng việc ấy do nhà nước hay do người thầu
khóan lĩnh trưng làm, thì nhà nước Bảo-hộ có thể đòi lại các
quyền được lợi dụng đất ấy.

Hễ khi nhà nước lấy lại, nếu đất chưa phá hoang, thì không
phải giả liền cho người đồn điền, nếu đất đã phá hoang hay đã
làm thành nhà, thì sẽ giả cho một món tiền định với người đồn
điền. Nếu hai bên không thuận n.. a tiền ấy, thì sẽ do tòa án phán
định. Nếu có bên nào xin khám nghiệm thì phải cho và sẽ theo thể
cách nói trong khoản 302 và những khoản sau, trong luật dân sự
tố tụng mà thi hành.

Điều thứ 19. — Nếu có người ngoài nà đền cả người đồn điền
lân cận, ngăn trở hoặc đòi lại đất, khai khẩn, thì nhà nước không
chịu trách nhiệm.

Điều thứ 20. — Người xin khẩn điền phải khai, định chỗ ở
trong tỉnh mà có đất xin khẩn.

Nếu người xin khẩn không tuân theo điều đó, các giấy sau này
gửi cho người xin khẩn, cứ gửi về toà Sứ hay toà Quan-Binh,
cũng coi như người xin khẩn đã nhận được rồi.

Điều thứ 21. — Những ruộng đất đã được khẩn hẳn, nếu
không có phép quan Thống-sứ thì không được bán lại, cho đổi
hay cầm cho người ngoại quốc.

Nếu trái điều trên này, thì miếng đất ấy sẽ lại thuộc của nhà
nước, người bán, người mua hay người ngoài (độ tam nhân)
không được viện một tư quyền nào về phiền đất ấy.

Điều thứ 22. — Những cách thức xin khẩn trưng đắp đê và
trưng bãi bể, thì không theo nghị-định này, các việc đó đều theo
nghị-định đương thi hành.

Các điều thi hành tạm thời.

Điều thứ nhất. — Những người di cư hiện đương khẩn các ruộng đất bỏ hoang của công dân, mà làng bằng lòng cho khẩn, có thể nộp đơn theo cách đã nói ở điều thứ 3 trong nghị-định này. Xin khẩn hẳn chỗ đất mà mình đã làm cho cấy cầy được.

Hội-đồng xét việc điện thổ và cách giao cho bản nghị-định cho khẩn hẳn thì theo thể lộ nói ở điều 14 và 16 trong nghị-định này.

Điều thứ 2. — Những người nào trước khi ra bản nghị-định này, đã được quan Công-sứ hay quan Binh đầu tỉnh cho phép khai khẩn hay cấy cầy tạm những miếng đất nhỏ, thời có thể xin phép khai khẩn hẳn, sau khi quan đã khám nghiệm rằng đất ấy đã khai khẩn được, theo như điều 14 trong bản nghị-định này.

Sau khi xét việc điền thổ theo như thể cách điều thứ nhất, ở mục thi hành tạm thời này, thì có thể giao cho người xin khẩn ấy một đạo nghị-định cho khẩn hẳn.

C. — PAIEMENT DE L'IMPOT PERSONNEL INDIGÈNE

C. — PAIEMENT DE L'IMPOT PERSONNEL INDIGÈNE

NOTE

A monsieur le Président et à Messieurs les Membres de la Chambre Consultative Indigène au sujet d'un projet d'arrêté concernant le paiement de l'impôt personnel indigène.

L'Administration du Protectorat soumet à l'examen de Messieurs les Membres de la Chambre Consultative une nouvelle réglementation concernant les conditions d'acquittement de l'impôt personnel et le mode d'acquittement des charges et taxes communales au Tonkin.

En ce qui concerne le montant et le mode de paiement de l'impôt personnel, il n'est pas innové. Seules quelques précisions qui ont paru indispensables ont été apportées par la commission qui a été chargée de l'étude de la question.

Le ly-truong reste chargé de percevoir l'impôt personnel après la récolte du 5ᵉ mois, le mode de dégrèvement pour les cartes impayées est précisé, la tenue de contrôles dans les villages selon des modèles prescrits empêchera la fraude et limitera les initiatives des notables qui ne peuvent que créer des ennuis aux particuliers. En somme, le nouvel arrêté crée une méthode et introduit de l'ordre dans une réglementation jusqu'à présent bien confuse.

Il est inutile de s'étendre sur la tenue des contrôles personnels et sur les diverses catégories de contribuables créées. Le projet d'arrêté est très clair à ce sujet lorsqu'il distingue les originaires des villages, les non-originaires tonkinois ou indochinois, les indigènes d'origine non-connue et les indigènes non-sujets à l'impôt.

La seule objection qu'on pourrait faire à cette classification est sa complexité apparente ; mais en fait, ces cinq catégories sont nettes,

les indigènes entrant dans chacune d'elles sont faciles à déterminer
et les notables prendront rapidement l'habitude de faire ces
distinctions très simples.

Par contre, il est évident que ce classement définitif mettra fin
à bien des contestations à l'intérieur des villages. Il n'empêche
nullement les conseils communaux de faire passer certains contri-
buables d'une catégorie à une autre plus favorisée par des déci-
sions régulières, enregistrées au registre des délibérations et qui
deviendront ainsi incontestables ; mais les catégories établies pré-
cisent, sous la réserve qui vient d'être exprimée, les droits de cha-
que habitant. C'est en somme une véritable codification de la cou-
tume annamite qui est proposée.

Une des innovations des nouvelles propositions est l'extension
de la carte quinquennale qui, dans l'esprit des membres de la Com-
mission est un acheminement vers son adoption définitive. Les
avantages de la carte quinquennale sont la facilité de preuve d'iden-
tité du porteur au moyen de la photographie obligatoirement
apposée sur la carte même, la diminution de travail pour le per-
sonnel chargé de son établissement et de sa délivrance, la facilité
plus grande pour le contribuable de payer son impôt annuel.

La carte quinquennale peut être adoptée par tous ceux qui le dé-
sirent. Il est d'autre part à remarquer que son institution ne de-
vra pas supprimer l'emploi du titre d'identité « danh-săc-câp-chỉ »
ou carte délivrée aux personnes distinguées, qui continuera à être
remise, à titre onéreux, aux personnes énumérées par l'article 5
de l'Ordonnance royale du 31 octobre 1919.

Mais la principale innovation du nouvel arrêté est la règlemen-
tation de la situation des personnes désirant s'absenter des villages.

Il importe que l'indigène sache toujours où et quand il doit
payer son impôt. Celui-ci ne devra être versé qu'entre les mains
du ly-truong du village où l'intéressé est inscrit. De même, les

charges et taxes communales devront être acquittées en premier
lieu dans le village où le contribuable paie son impôt personnel,
et ensuite dans toutes les autres localités où il possède des im-
meubles.

En principe, il conviendra que l'indigène paie son impôt person-
nel dans son village d'origine ; mais s'il est absent, il faut lui per-
mettre de l'acquitter ailleurs. Il devra, dans ce cas, en faire la de-
mande à l'Administration.

Les indigènes absents du Tonkin ne seront plus soumis à l'im-
pôt personnel, mais il leur sera permis de continuer à bénéficier
des avantages réservés aux habitants de leur village d'origine, en
payant une taxe forfaitaire dont le montant ne pourra dépasser
1 $ 5o.

Dès leur retour dans leur village d'origine, les absents devront
reprendre tous les droits qu'ils y avaient auparavant, qu'ils revien-
nent d'ailleurs d'une autre localité du Tonkin ou d'un pays autre
que celui-ci. Cette stipulation est nécessaire pour rassurer les émi-
grants, et particulièrement les indigènes se livrant à des essais de
colonisation dans les haute et moyenne régions du Tonkin.

Ainsi les droits réciproques des villages et de leurs inscrits seront
sauvegardés sans qu'il en résulte aucun empêchement à l'émigration
des populations pauvres des régions surpeuplées du Tonkin vers
les parties encore incultes de la moyenne région. C'est une nécessité
qui, à diverses reprises, a, avec juste raison, retenu l'attention de
la Chambre Consultative Indigène. Le projet d'arrêté sur l'impôt
personnel et la nouvelle règlementation des concessions indigènes
dans la moyenne région se complètent et se renforcent.

L'Administration serait désireuse d'avoir l'avis de Monsieur le
Président et des Membres de la Chambre Consultative sur les mo-
dalités prévues, et elle serait h   reuse qu'ils fassent connaître les
suggestions qu'ils croiraient devoir formuler, le cas échéant.

Le Résident supérieur au Tonkin, Chevalier de la Légion d'honneur,

Vu le décret du 20 octobre 1911, fixant les pouvoirs du Gouverneur de la Cochinchine et des Résidents supérieurs ;

Vu l'ordonnance royale du 26 juillet 1897, portant suppression des fonctions de Kinh-luoc au Tonkin et dévolution de ses attributions au Résident, supérieur au Tonkin ;

Vu l'ordonnance royale du 31 octobre 1919 au sujet du régime de l'impôt personnel au Tonkin ;

Vu l'arrêté du Résident supérieur au Tonkin du 31 octobre 1919 approuvé par arrêté du Gouverneur général du 19 novembre 1919, relatif aux exemptions du paiement de l'impôt personnel au Tonkin ;

Vu l'arrêté du Résident supérieur au Tonkin du 11 décembre 1919, ainsi que sa circulaire du 21 février 1921 relatifs au régime de l'impôt personnel indidène à Hanoi ;

Vu l'arrêté du 29 décembre 1920 rendant exécutoire l'ordonnance royale du S. M. le Roi d'Annam, du 8 décembre 1920, concernant la fixation à 2 $ 50 pour tout homme valide de 18 à 60 ans, révolus de la quotité de l'impôt personnel annamite au Tonkin ;

Vu l'arrêté du Résident-supérieur au Tonkin, du 25 août 1920 approuvé le 3 décembre 1920, fixant à compter du 1er janvier 1921 la quotité de l'impôt personnel annamite ;

. Le Conseil de Protectorat entendu,

ARRÊTE :

TITRE Ier

Impôt personnel — Date et lieu de paiement —
Taxes et charges communales.

Article premier. — L'impôt personnel est, dû sous réserve des exemptions règlementaires, par tout indigène du sexe masculin âgé de 18 à 60 ans révolus (âge annamite).

L'impôt personnel est payable en entier et en une seule fois avant le 3o juin de chaque année entre les mains du ly-truong du village sur le contrôle duquel le contribuable figure comme inscrits.

En cas de décès d'un contribuable, le dégrèvement de sa cote personnelle est demandé par le village ainsi qu'il est indiqué à l'article 25 ci-après :

Les charges et taxes communales doivent être acquittées par le contribuable dans le village où il paie l'impôt personnel ainsi que dans toutes les autres localités où il possède des immeubles pour la part de charges et de taxes afférente à ces immeubles.

TITRE II

Contrôle des inscrits — Exemptions — Contrôle des non-présents déclarés.

 Art. 2. — *Contrôle des inscrits.* — Il est tenu par le ly-truong dans chaque village un contrôle personnel des inscrits sur lequel sont portés, avec l'indication de leur âge et de leur filiation, par catégorie :

A) tous les indigènes du sexe masculin âgés de 18 à 6o ans révolus (âge annamite) originaires du village et y acquittant leur impôt personnel (présents et assimilés visés à l'article 6 ci-après) ;

B) tous les indigènes de race annamite du même sexe et du même âge, originaires d'autres localités du Tonkin, dont l'inscription aura été demandée comme il est dit aux articles 7 et 8 ci-après ;

C) tous les indigènes du même sexe et du même âge originaires des autres pays de l'Union, ainsi que tous les indigènes originaires du Tonkin appartenant à une race autre que la race annamite, installés dans le village ainsi qu'il est dit à l'article 12 ci-après ;

D) tous les indigènes du même sexe et du même âge, d'origine inconnue, dont l'inscription aura été ordonnée comme il est dit à l'article 13 ci-après :

E) les indigènes du même sexe n'ayant pas atteint l'âge de 18 ans ou ayant dépassé l'âge de 60 ans.

Chaque année, au mois de décembre, sont inscrits sur ce contrôle les indigènes entrés en cours d'exercice, dans une des catégories énumérées ci-dessus.

Chaque année, à la même époque, sont rayés du contrôle des inscrits les indigènes décédés et, d'une façon générale, tous ceux qui ne font plus partie des catégories énumérées ci-dessus.

Art. 3. — *Exemptions.* — Une mention spéciale indiquant le motif de l'exemption, est portée en regard du nom des inscrits exemptés de l'impôt personnel (1).

Tout inscrit qui se trouve dans un des cas d'exemption réglementaire doit, avant le 30 juin, demander le dégrèvement de sa cote personnelle à la Résidence et présenter les pièces justificatives utiles à cet effet (contrat d'engagement, titre de Nhièu-nam, etc...). Faute par lui d'avoir rempli cette formalité dans les délais prescrits, il sera astreint au paiement de l'impôt personnel pour l'année en cours.

Le ly-truong adressera à la Résidence la carte d'impôt personnel non distribuée (voir article 25 ci-dessus).

---

(1) Sont dispensés du paiement de l'impôt personnel : les enfants de troupe, les militaires en service, les gardes indigènes, les linh-co, linh-tram, les agents de police, les réservistes de l'armée régulière, les infirmes, les titulaires du titre de Nhièu-nam, les boursiers de l'administration dans les écoles de l'Indochine, les ouvriers recrutés pour la France pendant qu'ils sont liés au service (O. H. du 31 octobre 1919 et circulaire n° 1231 du 19 septembre 1924 (B. A. Tonkin page 2042).

Art. 4. — *Contrôle des non-présents déclarés*. — Indépendamment du contrôle des inscrits, il sera tenu dans chaque village un contrôle des indigènes originaires du village qui sont autorisés à n'y pas acquitter leur impôt personnel (non-présents déclarés). Ce contrôle comprendra deux catégories :

A) non présents déclarés résidant au Tonkin ;

B) non présents déclarés résidant hors du Tonkin.

Mention devra y être portée du nom, de l'âge et de la filiation du non-présent déclaré ainsi que de sa nouvelle adresse.

Art. 5. — Les contrôles personnels des inscrits et des non-présents déclarés du village sont établis chacun en trois exemplaires déposés : l'un au village intéressé, l'autre au siège du phu ou du huyên, le dernier à la Résidence.

Ces contrôles seront renouvelés tous les trois ans et établis suivant le modèle annexé au présent arrêté. Les frais occasionnés par l'acquisition de ces imprimés, seront payés sur fonds de concours.

TITRE III

Contribuables originaires du village et y acquittant leur impôt personnel.

(Présents et assimilés).

Art. 6. — Les contribuables originaires du village et y demeurant sont dénommés « présents ». Ils acquittent dans le village leur impôt personnel, leurs taxes et charges communales, et y jouissent des avantages qui leur sont reconnus par la coutume.

Sont assimilés aux présents, au point de vue fiscal, les contribuables originaires du village qui, bien qu'en étant éloignés momentanément, ne veulent pas rompre les liens qui les y rattachent et y acquittent leur impôt personnel ainsi que leurs taxes communales et taxes représentatives de charges communales.

TITRE IV

Contribuables n'acquittant pas leur impôt personnel dans leur village d'origine.

(Non-présents déclarés)

Art. 7. — *Non-présents déclarés installés au Tonkin*. — Lorsque l'inscrit désire rompre momentanément les liens qui le rattachent à son village d'origine, il doit en faire par écrit la demande expresse au Résident de la province où il désire se faire inscrire. La demande est transmise à son village d'origine qui le radie du contrôle des inscrits (catégorie A) et fait mention de cette radiation sur la demande. Celle-ci est renvoyée au Résident de la province où l'inscription doit avoir lieu. La mention de radiation portée sur la demande permet à l'intéressé de se faire inscrire sur le contrôle des inscrits (catégorie B) d'une localité dont il n'est pas originaire. Il justifie au moyen de sa carte d'impôt personnel qu'il est en règle avec son village d'origine au point de vue de l'impôt personnel.

Art. 8. — *Non-présents déclarés se déplaçant à l'intérieur du Tonkin — Mutation*.

Lorsque le non-présent déclaré quitte le village où il est inscrit pour s'installer dans une autre localité dont il n'est également pas originaire, il peut obtenir son inscription dans cette dernière localité en adressant une demande de radiation au Résident de la province où il était inscrit en dernier lieu. La mention de sa radiation, portée sur la demande susvisée par le village intéressé, permet sa nouvelle inscription ainsi qu'il est dit à l'article ci-dessus.

Art. 9. — *Non-présents déclarés habitant l'intérieur du Tonkin. — Charges et privilèges.*

Les non-présents déclarés habitant le Tonkin n'acquittent plus ni charges, ni taxes, dans leur village d'origine lorsqu'ils n'y possèdent pas d'immeubles, mais ils perdent de ce fait, pendant la durée de leur absence, tous les droits et privilèges reconnus par la coutume aux habitants de ce village.

Les non-présents déclarés habitant le Tonkin acquittent les charges et taxes communales dans la localité où ils acquittent leur impôt personnel, ainsi qu'il est spécifié à l'article 1er ci-dessus, sans que toutefois ce fait leur donne droit aux avantages reconnus par la coutume aux habitants originaires de cette localité.

Ces avantages peuvent néanmoins leur être accordés par le Conseil communal.

Art. 10. — *Non-présents déclarés au Tonkin rentrant dans leur village d'origine.*

Le non-présent déclaré au Tonkin rentrant dans son village d'origine adresse une demande de radiation au Résident de la province où il était inscrit en dernier lieu. Mention de cette radiation est faite par le ly-truong du village où il était inscrit sur la demande qui est renvoyée à sa province d'origine. Cette mention permet sa réinscription au contrôle des inscrits (catégorie A) de son village d'origine.

La justification de la date du dernier paiement d'impôt personnel effectué est faite par la production de sa carte personnelle.

Sa réinscription sur le contrôle des inscrits (catégorie A) de son village d'origine est effectuée d'office. L'intéressé reprend dès sa réinscription tous les droits et privilèges attachés à la qualité d'habitant originaire du village et obtient, conformément à la coutume, la jouissance d'une part de terre communale lors de la plus prochaine distribution de ces terres.

Art. 11. — *Non-présents déclarés hors du Tonkin.* — Le non-présent déclaré hors du Tonkin n'est plus tenu à l'impôt personnel vis-à-vis du Protectorat.

Quant aux charges et taxes communales, il y reste soumis dans son village d'origine s'il y possède des immeubles, ainsi que dans les autres localités où il se trouve dans le même cas, comme il est dit à l'article 1er ci-dessus.

Lorsqu'il n'est pas propriétaire dans son village d'origine, à la différence des non-présents déclarés résidant au Tonkin, il conserve le droit aux avantages qu'il y possédait moyennant le paiement *d'une taxe forfaitaire annuelle représentative des charges et taxes communales* perçue au profit de son village d'origine, dont le montant est fixé par le Conseil communal, et qui ne peut dépasser 1 $ 50.

Le non-paiement de cette taxe expose l'intéressé à la perte des avantages indiqués ci-dessus.

Le non-présent déclaré hors du Tonkin désigne le bénéficiaire de sa part de rizières communales.

Dès sa rentrée à son village d'origine, et sur simple déclaration écrite au Résident de sa province, il est porté au contrôle des inscrits (catégorie A) et en reprend effectivement la qualité avec tous les droits et devoirs qui y sont rattachés.

TITRE V

Indigènes originaires d'autres pays de l'Union habitant le Tonkin ou originaires du Tonkin mais appartenant à une race autre que la race annamite.

Art. 12. — Les indigènes originaires d'autres pays de l'Union installés au Tonkin ou originaires du Tonkin mais appartenant à une race autre que la race annamite doivent acquitter leur impôt, personnel, leurs charges et taxes communales dans le village annamite où ils sont installés, sans que ce fait leur donne droit aux avantages accordés par la coutume aux habitants originaires de cette localité. Lorsqu'ils se déplacent, leur radiation du contrôle sur lequel ils étaient inscrits (catégorie C) et, le cas échéant, leur inscription sur un nouveau contrôle d'inscrits (catégorie C), s'effectue comme pour les non présents déclarés, dans les conditions indiquées à l'article 8 ci-dessus.

TITRE VI

Individus dont le village d'origine ne peut être déterminé.

Art. 13. — Les invidividus du sexe masculin âgés de 18 à 60 ans dont le village d'origine ne peut être déterminé peuvent être inscrits d'office dans une localité sur l'ordre du Résident chef de la province (catégorie D).

Ces indigènes sont considérés comme étrangers à la localité (ngu cu) ; cependant le conseil communal peut toujours les admettre aux mêmes bénéfices que les habitants originaires du village.

TITRE VII

Rôle d'impôt personnel.

Art. 14. — Le rôle annuel d'impôt personnel donne le nombre de tous les inscrits assujettis à cet impôt et figurant sur les contrôles des inscrits des villages. Il est établi par circonscription.

Art. 15. — Ce rôle d'impôt personnel est établi chaque année au cours du mois de janvier. Après son approbation par le Résident supérieur, le Résident établit la carte-quittance d'impôt personnel du village conforme au modèle ci-joint et la fait parvenir au ly-truong intéressé. Celui-ci affiche le document au « Dinh » et se trouve dès lors habilité à recevoir l'impôt personnel pour l'année en cours. Le fait d'afficher à la maison commune la carte-quittance du village constitue la mise en demeure faite au contribuable d'avoir à payer son impôt.

Avis de l'affichage doit être donné au Résident.

TITRE VIII.

Cartes personnelles d'impôt.

Art. 16. — *Dispensés.* — A l'exception des militaires, gardes indigènes ou linh-co en service, tout Annamite dispensé du paiement de l'impôt personnel reçoit une carte personnelle, d'un modèle spécial et de teinte blanche, renouvelée chaque année.

Art. 17. — *Non-dispensés.* — Les cartes d'impôt personnel des non-dispensés sont soit annuelles, soit quinquennales.

Il ne peut être distribué pour la même année à chaque contribuable qu'une seule carte personnelle d'impôt, même s'il a des intérêts dans plusieurs villages, sauf dans les cas prévus aux articles 19 et 22 ci-dessous.

Il est tenu à la Résidence un contrôle des numéros des cartes délivrées à chaque village de la province.

Art. 18. — *Cartes annuelles.* — Les cartes annuelles portent le millésime de l'année et le nom de la province ; elles sont numérotées et d'une teinte qui change tous les ans, dans l'ordre : bleue, jaune, carmin. Elles doivent être revêtues soit de l'empreinte du pouce et de l'index de la main droite du titulaire, soit de sa photographie.

L'apposition doit en être faite en présence du ly-truong qui perçoit l'impôt et qui appose sur la carte le cachet du village.

Art. 19. — En cas de perte de sa carte annuelle d'impôt personnel, le titulaire devra en faire immédiatement la déclaration au ly-truong de sa commune. Duplicata lui sera délivré sous la responsabilité du ly-truong contre paiement, au profit du budget local, d'une *taxe* égale au montant de l'impôt personnel pour l'année en cours. Le chef de province appréciera toutefois s'il y a lieu de l'exonérer de cette taxe. Toute exonération devra être motivée, et faire l'objet d'une décision enregistrée à la Résidence.

Art. 20. — *Carte quinquennale.* — La carte quinquennale d'un modèle déterminé par le Résident supérieur est facultative et gratuite. Elle pourra être délivrée à toute personne qui en fera la demande, après enquête sur son honorabilité.

La carte quinquennale dont il est question ci-dessus ne doit pas être confondue avec le titre d'identité (danh sắc cấp chỉ) institué par l'ordonnance royale du 31 octobre 1919 (art. 5). Celui-ci continuera à être délivré dans les conditions fixées par la dite ordonnance.

Art. 21. — La carte quinquennale doit obligatoirement porter la photographie du titulaire.

Elle sera établie sous la garantie du ly-truong du lieu où l'intéressé est assujetti à l'impôt personnel et devra être revêtue du cachet du village.

La photographie devra être récente, ressemblante et revêtue d'un cachet débordant, la tête devra avoir une hauteur minima de 2 cm.

Art. 22. — La carte quinquennale peut être renouvelée avant expiration du délai de cinq ans en cas de perte, vol ou usure.

Ce renouvellement donnera, dans tous les cas, lieu à perception, au profit du budget local, d'un droit de renouvellement de 50 cents.

Lorsque l'original ne pourra être présenté, la délivrance du duplicata donnera également lieu à perception d'une taxe égale au montant de l'impôt personnel de l'année en cours, sauf exonération de la dite taxe par le Résident comme il est dit à l'article 19 ci-dessus.

En cas d'usure, le duplicata ne sera délivré que contre remise de l'original à l'autorité, pour destruction. Mention de cette destruction sera portée sur le duplicata par l'autorité responsable.

Art. 23. — En ce qui concerne la carte quinquennale, la justification, sous les peines de droit, du paiement de l impôt personnel résultera de l'inscription sur la dite carte, dans les délais légaux et dans les cases réservées à cet effet, des mentions ; « impôt de... telle année payé le.... » avec signature du ly-truong et apposition du cachet du village.

Art. 24. — Les cartes d'impôt personnel sont distribuées obligatoirement chaque année avant le 1ᵉʳ mai aux divers villages par les soins des Résidents et des Chefs de circonscription.

Les cartes r çoivent la mention du village, du nom et de l'âge du titulaire, à la diligence du ly-truong.

Art. 25. — Les ly-truong sont comptables responsables des cartes d'impôt personnel qui leur sont confiées. Ils doivent les remettre à leurs titulaires au moment même du paiement de l'impôt avec le reçu afférent à cet impôt.

Chaque année, dans le courant du mois d'août au plus tard les Résidents Chefs de province établissent un relevé général numérique des cartes qui, pour une raison quelconque (engagement, décès, etc...) n'ont pu être remises aux titulaires par les ly-truong. Les cartes en question sont jointes au relevé général transmis à la Résidence supérieure aux fins de dégrèvement.

La justification des demandes de dégrèvement d'impôt personnel formulées par les villages devra toujours être exigée par le Résident Chef de province. Elle se fera par la production d'une pièce authentique (certificat de décès, contrat d'engagement, titre de hhiêu-nam, etc...) Cette piè:e sera d'ailleurs immédiatement rendue à l'intéressé, après vérification.

Art. 26. — Tout indigène qui ne pourra justifier du paiement de sa cote personnelle, soit par la présentation de sa carte personnelle, soit par tout autre moyen de droit, sera déféré devant la juridiction compétente, et puni des peines prévues par les lois et règlements en vigueur.

Il sera en outre s'il y a lieu, inscrit d'office au contrôle du lieu où il réside ou, s'il s'agit d'un annamite tonkinois, de son village d'origine, sans que cette inscription entraîne pour lui aucun des avantages attachés à sa qualité d'habitant originaire du village. Si son village d'origine ne peut être déterminé, il lui sera fait application des dispositions de l'article 13 ci-dessus.

Les fonctionnaires et agents qualifiés pour s'assurer du paiement de l'impôt sont :

> Les Administrateurs chefs de la circonscription,
> Les délégués, chefs de circonscription,
> Les officiers de police judiciaire,
> Les autorités administratives indigènes,
> Les autorités cantonales et communales indigènes,
> Les inspecteurs et gardes principaux de la Garde indigène,
> Les gendarmes,
> Les agents assermentés de la police de l'Indochine.

Art. 27. — La commune est pécuniairement responsable du paiement de l'impôt personnel de ses inscrits, sauf recours par le ly-truong contre ceux qui sont passibles des peines prévues par les lois et règlements en vigueur.

Art. 28. — La carte d'impôt personnel pourra servir de moyen de preuve d'identité, conformément aux dispositions de l'arrêté du 9 novembre 1918.

Art. 29. — Lorsque de nouveaux contribuables se présentent en cours d'année, le ly-truong doit demander leur inscription au rôle supplémentaire en adressant à la Résidence le montant de leur impôt personnel ; les cartes correspondantes leur sont immédiatement délivrées.

Il demeure entendu que l'impôt personnel ne doit jamais être perçu plus d'une fois pour la même année sur un même contribuable, soit dans une localité, soit dans des localités différentes.

La perception des taxes visées aux articles 19 et 22 ci-dessus ne constitue pas une exception à la règle, qui demeure expresse.

TITRE IX

Application.

Art. 30. — Les dispositions du présent arrêté ne sont immédiatement applicables que dans les localités de population annamite du Tonkin.

Des arrêtés du Résident supérieur au Tonkin, détermineront dans quelle mesure la mise en application de ces dispositions pourra être étendue aux localités de population autre qu'annamite.

Art. 31. — Les Résidents de France et les Commandants de Territoire militaire au Tonkin, les Administrateurs-Maires de Hanoi, de Haiphong, de Nam-dinh et de Haiduong sont chargés, chacun en ce qui le concerne, de l'exécution du présent arrêté.

Hanoi, le   1925.

C. — NÓI VỀ VIỆC THU THUẾ ĐINH

Nói về việc thu thuế đinh.

Thưa các ngài,

Chính-phủ Bảo-hộ giao Nghị-viện xét một bản-lệ mới mà nhà-nước sẽ thi-hành về việc nộp thuế đinh và các tiền tạp-bổ ở trong dân-sã.

Như nghạch thuế đinh và cách thu thuế ấy thì không có điều-lệ gì mới. Nhưng Hội-đồng xét về việc này đã xin định thêm mấy khoản để cho nghị cũ được minh-bạch hơn.

Lý-trưởng vẫn được giữ việc thu thuế đinh, sau vụ tháng năm. Những thuế không thu được tiền sẽ có điều-lệ mới; lại đặt mẫu sổ đinh các xã để không lậu được đinh và ngăn kỳ-hào không bày ra nhiều cách để lạm-thu của dân. Nói tóm tắt lại nghị mới sẽ có mẫu-mực và thứ-tự không như các điều-lệ cũ về việc này, trước thực là bối-rối.

Ở đây không cần phải giảng-giải về cách giữ các sổ-đinh và các hạng dân-đinh. Nghị-định mới đã phân-biệt những người sinh tại ở trong làng, người trong xứ Bắc-kỳ đến ngụ-cư, người quán ở các xứ Đông-dương đến đóng thuế mầy dân, người không có quê-quán và các người không phải chịu thuế. Mới xem cách phân-định ra từng này hạng thì ra hơi quanh-co thì, nhưng sét kỹ thì năm hạng ấy phân-biệt thực rõ-ràng và người nào nên cho vào hạng nào các kỳ-mục rõ phân-sử, sau quen đi thì phân ra rõ lắm.

Nhưng mà chia dân-đinh ra từng hạng như thế trong làng sẽ bớt truyện bối rối. Không ai cấm Hội-đồng dân-xã cho một người ở hạng này sang hạng khác, muốn cho như thế thì phải Hội-đồng bàn việc và ghi vào sổ biên-bản, nghị-định Hội-đồng hàng xã ấy nhất-định và quyền-lợi từng người một phân minh lắm. Chính thực là góp tục-dân vào làm một luật.

Trong lệ mới có một điều khác nghị cũ là rộng cho ai muốn đeo thẻ năm năm cũng được, nghĩa là Hội-đồng có ý muốn cho sau này dân-đinh đều đeo thẻ năm năm. Dùng thẻ năm năm có lợi nhiều điều là vì trong thẻ ấy phải gián ảnh, vậy để biết được hình giạng người đeo thẻ, hai nữa là những người làm việc phát thẻ đỡ bận việc, người có thẻ rẻ nộp thuế hàng năm.

Ai muốn lấy thẻ năm năm cũng được. Nhưng dẫu có thông-dụng cũng không bỏ cái thẻ « danh-sắc-cấp-chỉ » vì thẻ này để phân cho những người có danh giá, và theo khoản thứ năm chỉ dụ ngày 31 octobre 1919 bậc chức-sắc mới được nộp tiền thêm để mua thẻ ấy.

Nhưng mà nghị định có một điều khác hẳn lệ cũ là đặt điều lệ riêng cho những người bỏ làng mà đi nơi xa.

Người dân phải biết rằng nộp thuế ở đâu và bao giờ phải nộp mấy được. Thuế bao giờ cũng phải nộp ở tay Lý-trưởng xã người dân-đinh sinh-trưởng ở đấy. Còn tiền tạp-bổ thì trước hết phải nộp ở nơi nộp thuế đinh mà nếu người dân-đinh có nhiều sản-vật ở nơi khác thì sẽ phải nộp tiền ấy ở các nơi mà mình có sản-vật ấy.

Theo lệ thường thì ai quê ở đâu phải nộp thuế ở đấy, nhưng mà nếu người ấy đi xa thì phải cho phép người ta nộp ở chỗ khác. Muốn được như thế phải xin phép Nhà-nước.

Những người đi ra ngoài hạt Bắc-kỳ không phải nộp thuế thân, nhưng nếu muốn được giữ ngôi thứ trong dân, thì phải nộp một món tiền tính phỏng có đến 1 $ 50 trong một năm là cùng.

Bao giờ giờ về làng, những người đi vắng dù ở tỉnh khác ở xứ Bắc-kỳ hoặc ở xứ khác mà về cũng được giữ ngôi thứ như cũ.

Khoản ấy là cốt đễ cho những người bỏ làng mà đi khai-khần đồn-điền ở vùng Trung-du và Thượng-du được vững giạ.

Như thế dân-đinh đối với hàng-xã, hàng-xã đối với dân-đinh, quyền lợi bên nào có phân minh cả, mà những dân các tỉnh đường suôi đông đúc quá có thể vui lòng mà đi khai mở các miền bỏ hoang ở Trung-du.

Việc giẫn người lên đường ngược ấy, nghị-viện đã nhiều khi nghĩ đến. Nghị mới về thuê đinh và nghị về việc người ta mở đồn-điền ở Trung-du tương-hợp với nhau và cũng chiếu-theo một ý.

Chính-phủ muốn biết ông Trưởng-hội và Nghị-viện sét những thể lệ mới này ra thế nào và nếu Hội-đồng có ý muốn thêm-bớt đổi-chác điều gì thì xin trình bầy đề Chính-phủ biết.

Quan quyền Thông-sứ Bắc-kỳ Thưởng-thụ độ ngũ đẳng Bắc-đầu Bội-tinh,

Chiếu theo chỉ dụ ngày 20 tháng 10 năm 1911 định quyền quan Thông-đốc Nam-kỳ và các quan Thông-sứ các xứ Bảo-hộ ;

Chiếu thượng-dụ ngày 26 tháng bảy năm 1897 bãi chức Kinh-lược ở Bắc-kỳ và giao quyền quan Kinh-lược về quan Thông-sứ Bắc-kỳ ;

Chiếu thượng-dụ ngày 31 tháng 10 năm 1919 định ngạch thu thuế thân ở Bắc-kỳ ;

Chiếu nghị định quan Thông-sứ Bắc-kỳ ngày 31 tháng 10 năm 1919 định các hạng được trừ thuế thân tại Bắc-kỳ, nghị định ấy đã do quan Toàn-quyền duyệt y ngày 19 tháng 11 năm 1919 ;

Chiếu nghị định quan Thông-sứ Bắc-kỳ ngày 21 tháng 12 năm 1919 và tờ thông-tư ngày 21 tháng 2 năm 1921, thuộc về ngạch thuế thân người bản quốc ở Hanoi.

Chiếu nghị định ngày 29 tháng 12 năm 1920 tuyên bố thi hành thương dụ ngày 8 tháng 12 năm 1920, định mỗi người bản xứ từ 18 đến 60 tuổi ở địa phận Bắc-kỳ phải đóng là 2 $ 50.

Chiếu nghị định quan Thông-sứ Bắc-kỳ ngày 26 tháng 8 năm 1920 duyệt y ngày 3 tháng 12 năm 1920 định ngạch thuế thân ở Bắc-kỳ kể từ ngày mồng một tháng 1 năm 1921 ;

Hội-đồng Bảo-hộ y hợp,

NGHỊ ĐỊNH NHƯ SAU NÀY :

TIẾT THỨ NHẤT.

Thuế thân — Hạn nộp và chỗ nộp [— Sưu thuế và tạp dịch trong-xã.

Điều thứ nhất. — Trừ những hạng người được trừ thuế không kể, còn phàm dân đinh Annam từ 18 đến 60 tuổi, (kể theo tuổi an-nam) thì ai cũng phải chịu thuế thân.

Năm nào cũng cứ đến trước ngày 30 tháng 6 tây, thì phải nộp thuế thân đủ cả một lần, mà mình ghi tên vào lịch dân nào, thì nộp cho lý-trưởng làng ấy.

Nếu người phải chịu thuế mà chết đi, thì xã ấy sẽ chiếu theo điều thứ 25 sau này mà xin giảm bớt thuế.

Hễ đóng thuế thân ở xã nào thì cũng phải đóng cho xã ấy nhưng sưu thuế và tạp dịch y lệ được thu. Nếu bất động sản của mình ở xã nào khác nữa, thì cứ chiều phân các bất động sản ấy mà chịu thuế lệ và tạp dịch cho xã kia nữa.

TIẾT THỨ II

Sổ đinh — Miễn trừ — Sổ khai người vắng mặt.

Điều thứ 2. — *Nói về sổ đinh.* Một làng lý trưởng phải lập một quyển sổ đinh. Trong sổ ấy phải kể các dân bao nhiêu tuổi, và con cái nó, ra từng hạng như sau này:

A) Hạng người dân-đinh bản-xứ từ 18 đến 60 tuổi (tuổi an-nam) quê ở làng và đóng thuế thân ở đây (hạng có mặt ở làng và hạng cũng coi như có mặt ở làng theo như điều thứ 6 sau này);

B) hạng người dân-đinh bản-xứ từ 18 đến 60 tuổi (theo tuổi an-nam) nguyên quán ở hạt khác xứ Bắc-kỳ, nhưng xin liệt vào sổ đinh ở bản-xã theo như điều thứ 7 và thứ 8 sau này;

C) hạng người dân-đinh bản-xứ (từ 18 đến 60 tuổi, và theo tuổi an-nam), nguyên quán ở ngoài hạt Bắc-kỳ, hoặc nguyên quán ở Bắc-kỳ nhưng không thuộc về giống người Annam, mà ở ngụ bản-xã theo như điều 12 sau này;

D) hạng người dân-đinh bản-xứ (từ 18 đến 60 tuổi, theo tuổi annam) không biết nguyên quán ở đâu, mà liệt vào sổ đinh như điều thứ 13 sau này sổ định.

E) hạng người dân-đinh bản-xứ chưa tới 18 tuổi hoặc đã quá 60 tuổi rồi.

Hàng năm cứ về tháng 12 tây, thì phải biên những hạng người vừa kể trên này vào sổ đinh;

Hạng năm cũng về tháng ày, phải xóa tên những người chết rồi và những người không thuộc về các hạng vừa kể trên này.

Điều thứ 3. — *Miễn trừ*. — Hễ người nào được trừ thuế, thì trong sổ phải biên vào cạnh tên người ấy những nhẽ gì mà được miễn trừ (1).

Người nào theo lệ được miễn trừ thì trước ngày 30 tháng 6 tây phải làm đơn đệ lên Tòa sứ và phải đính theo đơn các giầy chứng chỉ hữu ích (như giầy hợp đồng làm công, bằng nhiều năm, v. v.). Nếu không tuân thể lệ vừa nói, thì sẽ phải chịu thuế thân như lệ thường.

Lý trưởng phải nộp tại Tòa sứ các thẻ thuế thân mà không cần phát đền (xem điều thứ 25 sau này.)

Điều thứ 4. — *Sổ khai những người vắng mặt*. — Trừ sổ đã đính ra không kể, mỗi làng lại phải làm một quyển sổ kê những người nguyên quán ở làng những được phép không đóng thuế thân ở đây (hạng khai vắng mặt). Sổ ấy chia làm hai hạng.

A) Hạng người khai vắng mặt ở làng mà trú ngụ tại trong hạt Bắc-kỳ.

B) Hạng người khai vắng mặt ở làng mà trú ngụ ở ngoài hạt Bắc-kỳ.

Trong sổ phải chua tên tuổi người vắng mặt, người ấy là con cái ai và hiện bây giờ ở đâu.

---

(1) Những hạng sau này được miễn trừ thuế thân : học trò, lính trẻ con, lính tập ngũ, lính khố xanh, lính cơ, lính chạm, lính cảnh sát, lính dự bị, người tàng tật, người có bằng nhiều-nam, những học-sinh được ăn lương ở các tràng Đông-pháp, thợ mỏ sang Pháp trong quãng những thợ ấy đương tòng sự chí-dụ ngày 31 tháng 10 năm 19.0 và tờ thông-tư ngày 19 tháng 9 năm 1921 số 1231, xem Bắc-kỳ quan-báo, trang thứ 2612).

Điều thứ 5. — Sổ dân đinh và sổ kê những người vắng mặt ở làng, mỗi thứ phải làm ba bản : một bản lưu lại dân g-ữ, một bản nộp phủ, huyện, một bản nộp Toà Sứ.

Những sổ ấy cứ ba năn phải làm lại một lần theo như mẫu đính ở sau nghị định này : Tiền mua các sổ sách giấy má, dân số phải giả tiền nhà nước.

TIÈT THỨ III

Dân đinh nguyênquán ở bản xã và đóng thuế thân ở bản xã (hạng người có mặt ở làng và hạng người coi như có mặt ở làng).

Điều thứ 6. — Dân đinh quán tại bản xã và ở ngay xã ấy đều thuộc về hạng » có mặt ở làng). Những dân ấy phải nộp ở làng các thuế thân, công sưu, tạp dịch, và được hưởng quyền lợi theo như tục lệ đã công nhận.

Về phương diện thuế lệ, những người tạm thời xa làng nhưng vẫn quyến luyến và đóng góp thuế thân và các công sưu tạp dịch, thì cũng coi như những người có mặt ở làng.

TIÈT THỨ IV

Hạng dân-đinh không nộp thuế thân ở nguyên-quán mình
(hạng người khai vắng mặt).

Điều thứ 7. — Hạng người khai vắng mặt ở làng mà chú-ngụ ở hạt khác trong xứ Bắc-kỳ. — Hễ khi nào người dân đinh muốn tạm thời bỏ nguyên-quán mà đến làng khác ở thì phải làm đơn khai trình quan Công-Sứ, đình làng mình muốn ở đâu được kẻ vào sổ dân đinh làng ấy. Đơn ấy sẽ giao về nguyên quán để xóa tên ở sổ dân đinh đi (hạng A). Trong đơn rẽ chua rằng đã xóa sổ ở nguyên-quán rồi. Đơn ấy lại gửi giả lại quan Công-sứ. Chiếu nhời chưa ấy, mà sẽ ghi tên vào sổ dân đinh ở chỗ ký cũ (mà chính đây không phải là nguyên quán). Sẽ phát cho một cái thẻ thuê thân, thuê ấy không phải đóng ở nguyên-quán nữa.

Điều thứ 8. — Hạng người khai những ở địa-hạt Bắc-kỳ xong không có định số — Thay đổi chỗ ở.

Hễ khi nào người khai vắng mặt ở nguyên-quán bỏ làng đang ở (làng ấy không phải là nguyên-quán) mà sang ở làng khác (làng này cũng không phải là nguyên-quán), thì có thể xin liệt tên vào sổ dân-đinh làng ở sau cùng. Muốn được thẻ thì phải làm đơn chính quan Công-Sứ tỉnh ở sau cùng. Sẽ chiếu theo nhời biên chu sóa sổ ở làng đóng thuê trước biên vào đơn xin, mà liệt tên vào sổ dân-đinh làng ở sau cùng, y như điều trên vừa rồi đã nói.

Điều thứ 9. — Hạng người khai vắng mặt ở làng nhưng ở trong địa-hạt Xứ Bắc-kỳ. Các khoản phải đóng góp và quyền-lợi.

Những người vắng mặt ở nguyên-quán những ở trong địa-hạt Bắc kỳ, vì không có bất động sản ở nguyên-quán, mà không đóng công sưu tạp dịch ở đây, thì trong khi vắng mặt sẽ mất tất cả các quyền lợi theo như tục lệ dân đinh vẫn được hưởng.

Những người khai vắng mặt ở nguyên quán nhưng ở trong địa hạt Bắc kỳ sẽ phải đóng công sưu tạp dịch ở làng mình vẫn đóng thuê thân theo như điều thứ I ở trên này, nhưng cũng không vì lẽ ấy mà được hưởng quyền lợi theo như tục lệ thì những người nguyên quán ở đây vẫn được hưởng.

Song hương hội ở đây có thể cho hưởng lợi quyền ấy được.

Điều thứ 10. — Những người khai vắng mặt ở làng nhưng ở trong địa hạt Bắc-kỳ, mà lại về nguyên quán.

Những người ấy khi muốn về nguyên quán phải làm đơn trình quan Công-sứ sở tại chỗ hiện đương chịu thuê thân. Trong đơn người lý-trưởng sẽ biên rằng đã sóa tên ở sổ dân đinh. Đơn ấy sẽ gửi về nguyên quán. Sổ chiếu theo nhời biên-chú ấy mà lại liệt danh vào sổ dân đinh ở nguyên quán (thuộc hạng A).

Nếu đã nộp thuế rồi, thì có thể làm bằng-cứ.

Gặp trường-hợp ấy thì lý trưởng tự mình phải liệt-kê tên người về nguyên quán vào sổ dân-đinh. Người ấy lại được hưởng lợi quyền ở dân cũng như các người dân khác và nếu sau này có chia các công-điền, công-thổ thì cũng được một phần theo như tục dân đã định.

Điều thứ 11. — Hạng người vắng mặt ở nguyên-quán mà ngụ tại ngoại-địa-hạt Bắc-kỳ.

Đổi với Chính-phủ bảo-hộ thì những hạng người ấy không phải chịu thuế thân.

Còn như các công-sưu tạp-dịch, hễ mà có bất-động-sản ở nguyên-quán, thì phải chịu đóng góp ở đấy các công-sưu tạp-dịnh, Nếu bất-động-sản ở làng khác, thì cũng phải đóng sưu-dịch cho làng ấy như điều thứ nhất trên này đã định.

Những hạng người ấy dù ở làng không có gia-sản mặc lòng, cũng được giữ quyền-lợi ở nguyên-quán. Muốn được như thế thì mỗi năm phải đủ cho dân một số tiền để thay các sưu-dịch, số ấy do hương-hội định lấy nhưng không được quá 1 $ 50.

Nếu không nộp món tiền ấy thì sẽ phải mất các quyền lợi.

Hễ trong xã có chia công-điền công-thổ, thì người ấy chọn lấy một người thay mặt để nhận lấy phần của mình.

Hễ khi về làng phải viết đơn trình quan Công sứ bản tỉnh thì mới được liệt tên vào sổ dân đinh và cũng được hưởng quyền lợi và phải làm các nghĩa vụ như những người khác.

TIẾT THỨ NĂM

Những người bản xứ quán ở một xứ khác trong cõi Đông-pháp mà chú ngụ tại Bắc-kỳ và những người quán tại Bắc-kỳ nhưng không phải là giòng An-nam.

Điều thứ 12 — Những người bản xứ quê ở xứ khác trong cõi Đông-pháp hay là những người quê ở Bắc-kỳ nhưng không thuộc về giòng An-nam phải đóng thổ thân, và các công sưu tạp dịch cho làng hiện đương trú ngụ. Không được viện lẽ ấy mà đòi hưởng các quyền lợi như các người dân quán tại xã ấy. Hễ khi không ở làng ấy nữa, thì sẽ phải xóa tên ở sổ dân đinh (hạng C) và nếu có xin thì sẽ biên tên vào sổ dân đinh chỗ khác (hạng C), cứ chiếu như lệ thuộc về những hạng người khai vắng mặt ở nguyên quán như điều thứ 8 trên này đã nói.

TIẾT THỨ VI

Người không biết có quê quán ở đâu.

Điều thứ 13. — Những người đàn ông từ 18 cho đến 60 tuổi mà quê quán không biết ở đâu, thời quan Công-sứ đầu tỉnh có thể cho lệnh biên tên vào sổ đinh trong một làng (Hạng D).

Những người ấy coi như là ngụ cư; nhưng Hương-hội có thể cho những người ấy được có các quyền lợi như người trong làng vậy.

TIẾT THỨ VII

Sổ thuế đinh.

Điều thứ 14. — Sổ thuế đinh thường niên thời tổng cộng hết các sổ lịch dân phải đóng thuế thân và có tên trong sổ đinh của các làng.

Sổ ấy, chia từng hạt một mà làm.

— 81 —

Điều thứ 15. — Mỗi năm, cứ trong tháng riêng tây, thì làm sổ ấy. Sau khi sổ ấy đã được quan Thống-sứ duyệt y rồi, quan Công-sứ làm bài-chỉ thuế-đinh của làng, theo như mẫu đỉnh sau đây, rồi giao bài-chỉ ấy cho người lý-trưởng. Người lý-trưởng đem bản ấy yết-thị ra cửa đỉnh. Từ lúc ấy, người lý-trưởng có quyền thu thuế đinh trong năm ấy. Mang yết-thị chỉ-bài ở cửa đỉnh, là bảo cho các người phải chịu thuế, sắp sửa nộp tống thuế.

Bài-chỉ đã yết-thị, thì phải trình cho quan công-sứ biết.

TIẾT THỨ VIII

Thẻ thuế-thân.

Điều thứ 16. — Những người được trừ. — Trừ ra những binh, lính khố-xanh hay lính cơ đương tại chức, những người an-nam được trừ thuế, thời nhà-nước phát cho một cái thẻ, theo kiểu mẫu riêng (*và sắc chăng*) thẻ đỏ cứ mỗi năm lại phát một lần.

Điều thứ 17. — Những người không được trừ. — Thẻ thuế thân của những người không được trừ thì hoặc một năm một lần đổi, hoặc năm năm một lần đổi.

Trừ ra trong trường-hợp nói ở điều 19 và 22 dưới này, mỗi xuất đinh trong một năm chỉ phát một thẻ mà thôi ; dẫu có quyền lợi ở nhiều làng nữa, cũng chỉ phát có một thẻ mà thôi.

Toà sứ có giữ một quyển sổ để ghi các sổ thẻ phát cho mỗi làng trong tỉnh.

Điều thứ 18. — Thẻ một năm. — « Thẻ một năm », thì biên tên năm cùng tên tỉnh ; thẻ ấy có chữ số, mà mỗi năm dụng một mùi theo thứ tự này : xanh — vàng — hồng. Người đeo thẻ ấy phải in dấu đầu ngón tay cái và đầu ngón tay chỏ, hay là phải dán ảnh của mình vào thẻ. Dán ảnh vào thẻ thì phải dán dương khi có mặt người lý-trưởng thu thuê trứng kiện ; người lý-trưởng áp triện làng lên trên thẻ.

Điều thứ 19. — Khi mất thẻ, thì người mất thẻ phải trình ngay mấy người lý-trưởng ở làng. Người lý-trưởng sẽ phát cho một bản sao ; trách nhiệm người lý-trưởng chịu và người đánh mất thẻ phải trả tiền thuê ; thuê ấy giả ngang với giá thuê thân trong năm và thu về sở chỉ thu sứ Bắc-kỳ. Quan đầu tỉnh có thể xét cho miễn người đánh mất thẻ được xin bản sao mà không phải trả tiền. Được miễn như thế phải cho một đạo nghị-định của quan Công-sứ nghị-định ấy phải có chua rõ duyên do và phải vào sổ ở toà.

Điều thứ 20. — Thẻ năm năm. Thẻ năm năm thì tùy theo kiểu mẫu quan Thống-sứ định, thẻ ấy ai muốn lấy hay không muốn lấy cũng được, và không phải trả thêm tiền. Ai xin, nếu nhà nước xét ra là người danh giá, nhà-nước cũng phát cho.

Thứ thẻ năm năm ấy không nên lẫn mấy thứ thẻ « danh sắc cấp chỉ » mà thị dụ ngày 31 octobre 1919 đã lập ra (điều thứ 5). Thẻ danh sắc cấp chỉ này vốn phát theo như lệ cũ.

Điều thứ 21. — Thẻ năm năm bao giờ cũng phải có dán ảnh của người có tên trong thẻ.

Làm thẻ ấy thì do người Lý-trưởng vào lĩnh ; và thẻ ấy phải có triện người lý-trưởng áp vào.

Anh phải mới, thực mặt ; trên ảnh ấy thì đóng giấu vào, giấu ấy phải trò ra ngoài ảnh ; đầu người trong ảnh ít ra là phải cao 2 phận tây (2 cm.)

Điều thứ 22. — Nếu chưa hết năm năm mà bị mất trộm đánh lạc, hay đánh nát thì có thể được thẻ khác.

Bất cứ vào trường hợp nào, người đổi đều phải trả một món tiền là 5 hào công quỹ. Nếu người xin đổi thẻ mà không có thẻ cũ, u, muốn lấy thẻ mới, thời lại phải trả tiền thuê ấy ngang với thuế thân phải đóng trong năm, trừ khi nào quan Công-sứ định trợ cho, như đã nói ở điều 19 trên này, thì không phải trả.

Khi nào thẻ đánh mất, thời phải mang nộp quan, mới có thể lấy được thẻ mới ; thẻ mất ấy sẽ hủy đi ; sự hủy ấy phải chua vào thẻ mới phát cho, do quan có trách nhiệm về việc ấy.

Điều thứ 23. — Nói về thẻ năm năm, hễ có chữ « thuê. . . . năm nào. . . . ; trả ngày. . . . . « biên vào quãng giấy dùng để biên chữ ấy, và có chữ ký cùng triện người lý-trưởng ở dưới, là chứng rằng người có thẻ đã nộp thuế, trong hạn nhà nước đã định. Nếu không chứng được thì sẽ phải chịu thuế, và nhà nước bắt phải đóng theo luật lệ.

Điều thứ 24. — Mỗi năm, cứ trước mồng một tháng năm lấy, quan Công-sứ và quan bản hạt phải phát thẻ cho các làng.

Người lý-trưởng phải kê tên làng, tên, cùng tuổi người có thẻ.

Điều thứ 25. — Người lý-trưởng phải chịu chách nhiệm về việc tính toán cùng giữ những thẻ mà quan trên giao cho. Khi người phải nộp thuế thân nộp thuế rồi, ngay lúc bấy giờ người lý-trưởng phải đưa thẻ và tờ biên lai thuế thân cho người nộp thuế ấy.

Mỗi năm, trong tuần tháng tám lấy là cùng, quan Công-sứ đầu tỉnh phải làm một bản tổng kê các thẻ mà vì một lẽ gì (đi làm xa, chết. . .) người lý-trưởng không phát được ; những thẻ ấy đều đính vào bản tổng kê và đệ lên toà Thống-sứ để xin giảm thuế.

Phàm làng xin giảm thuế, quan Công-Sứ phải đòi đủ chứng cớ cho rõ ràng. Chứng cớ ấy là một tờ chứng thư (tờ khai tờ — Hợp — đồng làm công — bằng nhiều-nam, vân, vân...) Quan xét song, ai giả tờ chứng thư ấy ngay, chứ không có giữ.

Điều thứ 26. — Phàm người nào bị hỏi thẻ, mà không có gì làm chứng rằng mình đã nộp thuế thân rồi, hoặc đưa ra thẻ của mình, hoặc bằng cách gì theo pháp luật, thời sẽ phải đưa ra tòa án có quyền sử đoán mà nghị tội theo như luật lệ đương thi hành.

Nếu là người quê quán không nhất định, thời quan có thể bắt biên tên vào sổ đinh ở làng mà người ấy ngụ; nếu là người annam để Bắckỳ, thì biên tên vào sổ đinh làng người ấy ở; dẫu biên tên vào sổ đinh làng, những người ấy không được các quyền lợi như dân làng ấy. Nếu quê quán không thể định được, thời sẽ theo như khoản nói trong điều thứ 13 mà thi hành.

Những quan cùng viên chức có quyền hỏi thẻ là :

Quan Chánh Công-sứ,

Quan Đại-lý,

Quan Tư-pháp Cảnh-sát,

Quan Cai-trị Annam,

Tổng-lý,

Quan Giám-binh,

Xen-đầm,

Những viên chức đã có phát thẻ của sở cảnh-sát Đông-Pháp.

Điều thứ 27. — Trong làng ai không đóng thuế, làng phải chịu trách nhiệm và phải đóng bù ; nếu ai không tuân theo các điều lệ trong pháp luật đương thi-hành, thì người lý-trưởng có thể kiện được.

Điều thứ 28. — Thẻ thuế thân có thể dùng làm giấy chứng chỉ căn cước của mình, theo như nghị-định mồng 9 Novembre 1918.

Điều thứ 29. — Nếu trong năm mà có thêm người phải nộp thuế ra, người lý-trưởng phải xin ghi tên người ấy vào trong sổ đinh phụ và độ tiền thuế mới đóng lên quan Công-sứ ; quan Công-sứ sẽ phát thẻ ngay cho.

Trong một năm tiền thuê chỉ phải đóng một lần mà thôi, vô luận rằng một sứ hay ở nhiều sứ.

Sự lấy thuở nói ở điều thứ 19 và 22, không phải là một cái biên lệ, của khoản nói trên kia khoản ấy bao giờ cũng phải tuân theo.

TIẾT THỨ 9.

Thi hành.

Điều thứ 3o. — Những điều trong nghị-định này, thì phải thi hành ngay trong các làng mà dân annam ở, sứ Bắc-kỳ.

Quan Thống-sứ Bắc-kỳ định nên cho thi hành cả hay một vài khoản về nghị-định này trong các làng mà không phải dân annam ở, thì sẽ có nghị-định riêng.

Điều thứ 31. — Các quan Công-sứ, và quan binh đầu tỉnh ở Bắc-kỳ, quan Đốc-lý Hà-nội, Hải-phòng, Nam-định và Hải-dương, đều chiếu theo nghị-định thi hành.

Hà-nội, ngày ..... 1925.

www.ingramcontent.com/pod-product-compliance
Ingram Content Group UK Ltd.
Pitfield, Milton Keynes, MK11 3LW, UK
UKHW022054170726
13837UKWH00002B/931